Spænska matreiðslubókin
2023
Smátt og gott frá Spáni

María Jónsdóttir

EFNISYFIRLIT

SPÆNSKAR UPPskriftir2022Errore. Il segnalibro non è definito.
FRÁBÆRAR OG HEFÐBUNDAR UPPSKRIFTIR Errore. Il segnalibro non è definito.
SALAT AF ANSJÓS OG SARDÍNUM MARINAÐAR MEÐ PARMESAN 25
    Hráefni 25
    ÚTRÝNING 25
    BRAGÐ 26
Kúrbítsalat með myntu, valhnetum og bláosti 27
    Hráefni 27
    ÚTRÝNING 27
    BRAGÐ 27
HÆGRSALAT MEÐ VATNEMELÓNU, MOZZARELLU OG SKINKU 28
    Hráefni 28
    ÚTRÝNING 28
    BRAGÐ 28
KÁLSALAT 29
    Hráefni 29
    ÚTRÝNING 29
    BRAGÐ 29
KÁLSALAT MEÐ RÓFUMAJONES 29
    Hráefni 30
    ÚTRÝNING 30

BRAGÐ 30
PIKKERT HARFHÓNASALAT 31
   Hráefni 31
   ÚTRÝNING 31
   BRAGÐ 31
ENDÍVASALAT MEÐ þorski, túnfiski og ansjósu 33
   Hráefni 33
   ÚTRÝNING 33
   BRAGÐ 33
ENDÍVASALAT MEÐ SVEPPE, RÆKJUM OG MANGÓ 35
   Hráefni 35
   ÚTRÝNING 35
   BRAGÐ 35
Hlátursalat með ávöxtum, rækjum og hunangi og sinneps-VINAIGRETTE 37
   Hráefni 37
   ÚTRÝNING 37
   BRAGÐ 38
ENDÍVASALAT MEÐ GRENATEPLUM OG TÚNFISK 39
   Hráefni 39
   ÚTRÝNING 39
   BRAGÐ 39
HJARTASALAT MEÐ TÚNFISK OG CASHEW HNETUM 40
   Hráefni 40
   ÚTRÝNING 40
   BRAGÐ 40

SPINATSALAT MEÐ SVEPPE, BEIKONI OG PARMESAN 41
    Hráefni 41
    ÚTRÝNING 41
    BRAGÐ 41

SPINATSALAT MEÐ PERUM, BLÁOST OG SINNEPSVÍNGI . 42
    Hráefni 42
    ÚTRÝNING 42
    BRAGÐ 42

KÚKÆTUSALAT MEÐ TORSKI OG BASILÍKU AIOLI 43
    Hráefni 43
    ÚTRÝNING 43
    BRAGÐ 44

RISTAÐ GRENSALASALAT MEÐ REYKTU þorski 45
    Hráefni 45
    ÚTRÝNING 45
    BRAGÐ 46

ÝMISLEGT SALATSALAT MEÐ GEITASTÓST OG HNETUM VINAIGRETTE 47
    Hráefni 47
    ÚTRÝNING 47
    BRAGÐ 48

GRENSALAAT 49
    Hráefni 49
    ÚTRÝNING 49
    BRAGÐ 49

LUNSULA- OG RÆKJUSALAT 50

- Hráefni 50
- ÚTRÝNING 50
- BRAGÐ 50
- **PIPIRSALAT MEÐ OSTA OG SÓÐAÐRI SKINKU** 51
  - Hráefni 51
  - ÚTRÝNING 51
  - BRAGÐ 51
- **GRÆNT ASPARSALAT MEÐ SERRANÓ SKINKU** 52
  - Hráefni 52
  - ÚTRÝNING 52
  - BRAGÐ 53
- **PASTA SALAT** 54
  - Hráefni 54
  - ÚTRÝNING 54
  - BRAGÐ 54
- **KARTÖLFLUSALAT MEÐ ANSJÓSUM, BLÁÓSTI OG VALHNETUM** 56
  - Hráefni 56
  - ÚTRÝNING 56
  - BRAGÐ 57
- **RISTAÐ PIPARSALATI MEÐ TÚNFISK OG VORLAUK** ... 58
  - Hráefni 58
  - ÚTRÝNING 58
  - BRAGÐ 58
- **GRÆSKA SALAT** 59
  - Hráefni 59

ÚTRÝNING 59
BRAGÐ 59
MALAGUEÑA SALAT 60
   Hráefni 60
   ÚTRÝNING 60
   BRAGÐ 60
MIMOSA SALAT 61
   Hráefni 61
   ÚTRÝNING 61
   BRAGÐ 61
NICOISE SALAT 62
   Hráefni 62
   ÚTRÝNING 62
   BRAGÐ 62
KJÚKLINGASALAT MEÐ ÁVENDUM OG CIDER VINAIGRETTE
.... 63
   Hráefni 63
   ÚTRÝNING 63
   BRAGÐ 64
Kolkrabbi, RÆKJUR OG AVOCADO SALAT 65
   Hráefni 65
   ÚTRÝNING 65
   BRAGÐ 66
RUCULA SALAT MEÐ REYKTU MAT, BLEIKRI SÓSU OG VALHNETUM 67
   Hráefni 67

ÚTRÝNING 67

BRAGÐ 67

PASTA SALAT MEÐ FETA OSTI OG MYNTU 68

   Hráefni 68

   ÚTRÝNING 68

   BRAGÐ 68

RÆKJUR, ANSJÓS OG GRANEPLASALAT 69

   Hráefni 69

   ÚTRÝNING 69

   BRAGÐ 70

RUCULA SALAT MEÐ BEIKON, BLÁOST OG VALHNETUR 71

   Hráefni 71

   ÚTRÝNING 71

   BRAGÐ 71

REYKUR LAX, RÆKJUR, KARTÖFLU- OG GRENNATEPLASALAT 72

   Hráefni 72

   ÚTRÝNING 72

   BRAGÐ 73

GULVÓTUSALAT MEÐ DÓSAR SARDÍNUM 74

   Hráefni 74

   ÚTRÝNING 74

   BRAGÐ 74

WALDORF SALAT 75

   Hráefni 75

   ÚTRÝNING 75

- BRAGÐ ... 75
- **KARTÖFLUSALAT MEÐ RÆKJUM OG GRÉNI** ... 76
  - Hráefni ... 76
  - ÚTRÝNING ... 76
  - BRAGÐ ... 76
- **CESAR SALAT** ... 77
  - Hráefni ... 77
  - ÚTRÝNING ... 77
  - BRAGÐ ... 77
- **MURCIAN PIPIRRANA** ... 78
  - Hráefni ... 78
  - ÚTRÝNING ... 78
  - BRAGÐ ... 78
- **RUCULA SALAT MEÐ MANGÓ, KJÚKLING OG PISTACHIOS** ... 79
  - Hráefni ... 79
  - ÚTRÝNING ... 79
  - BRAGÐ ... 79
- **JULIANNE SÚPA** ... 80
  - Hráefni ... 80
  - ÚTRÝNING ... 80
  - BRAGÐ ... 80
- **HVÍTUR HVÍTLAUKUR FRÁ MALAGA** ... 81
  - Hráefni ... 81
  - ÚTRÝNING ... 81
  - BRAGÐ ... 81

RISTIN RAUÐ PIPARSÚPA 82
    Hráefni 82
    ÚTRÝNING 82
    BRAGÐ 82

KRABBABISK 83
    Hráefni 83
    ÚTRÝNING 83
    BRAGÐ 84

KJÚKLINGUR CONSOMME MEÐ EPLUM 85
    Hráefni 85
    ÚTRÝNING 85
    BRAGÐ 85

ANTEQUERA SAMBAND 86
    Hráefni 86
    ÚTRÝNING 86
    BRAGÐ 86

SAINT-GERMAIN krem 87
    Hráefni 87
    ÚTRÝNING 87
    BRAGÐ 87

RÆKJA OG RÆKJUSÚPA 88
    Hráefni 88
    ÚTRÝNING 88
    BRAGÐ 88

KASTÍLÍSKI KÆKURJÓNAKREM 89
    Hráefni 89

ÚTRÝNING ... 89
BRAGÐ ... 89
FISKASÚPA ... 90
   Hráefni ... 90
   ÚTRÝNING ... 90
   BRAGÐ ... 90
TORSKREM ... 91
   Hráefni ... 91
   ÚTRÝNING ... 91
   BRAGÐ ... 92
BROKKOLÍSÚPA MEÐ RISTA BEIKON ... 93
   Hráefni ... 93
   ÚTRÝNING ... 93
   BRAGÐ ... 93
GAZPACHO MANCHEGO ... 94
   Hráefni ... 94
   ÚTRÝNING ... 94
   BRAGÐ ... 94
Kúrbítskrem ... 95
   Hráefni ... 95
   ÚTRÝNING ... 95
   BRAGÐ ... 95
KASTÍLÍSKA SÚPA ... 96
   Hráefni ... 96
   ÚTRÝNING ... 96
   BRAGÐ ... 96

GRASKERJÓM 97
    Hráefni 97
    ÚTRÝNING 97
    BRAGÐ 97

GRÆN ASPARSÚPA MEÐ REYKTU LAX 98
    Hráefni 98
    ÚTRÝNING 98
    BRAGÐ 98

SPÍNATSÚPA MEÐ DÓSUM KOKKUM 99
    Hráefni 99
    ÚTRÝNING 99
    BRAGÐ 100

ANDALUSIAN GAZPACHO 101
    Hráefni 101
    ÚTRÝNING 101
    BRAGÐ 101

SÚPA AF GRÆNUM BAUNUM OG PAPRIKA MEÐ SKINKUSALTI 102
    Hráefni 102
    ÚTRÝNING 102
    BRAGÐ 103

MELÓNURJÓM MEÐ SKINKU OG KARTÖFLU 104
    Hráefni 104
    ÚTRÝNING 104
    BRAGÐ 104

KARTÖLUSÚPA MEÐ CHORIZO 105

- Hráefni 105
- ÚTRÝNING 105
- BRAGÐ 105
- RÁÐSTEFNUPERUR OG KARTÖFLUKREM 106
  - Hráefni 106
  - ÚTRÝNING 106
  - BRAGÐ 106
- LÚKKJÓM 107
  - Hráefni 107
  - ÚTRÝNING 107
  - BRAGÐ 107
- SVEPPASÚPA OG PARMESAN FÖLUR 108
  - Hráefni 108
  - ÚTRÝNING 108
  - BRAGÐ 108
- TÓMATSÚPA 109
  - Hráefni 109
  - ÚTRÝNING 109
  - BRAGÐ 109
- KALDT MELÓNURJÓM 110
  - Hráefni 110
  - ÚTRÝNING 110
  - BRAGÐ 110
- RÓFUKREM 111
  - Hráefni 111
  - ÚTRÝNING 111

BRAGÐ 111
PARMENTIER krem 113
   Hráefni 113
   ÚTRÝNING 113
   BRAGÐ 113
CLAMS krem 114
   Hráefni 114
   ÚTRÝNING 114
   BRAGÐ 115
SNIGLAR MEÐ SKINKU OG NÍSCALOS 116
   Hráefni 116
   ÚTRÝNING 116
   BRAGÐ 117
Óléttar bollur 119
   Hráefni 119
   ÚTRÝNING 119
   BRAGÐ 119
FOIE nammi með karamelliseruðum LAUK 120
   Hráefni 120
   ÚTRÝNING 120
   BRAGÐ 120
ANCJÓVÍ KÓKA MEÐ ÓLÍF OG DILLPATÉ 121
   Hráefni 121
   ÚTRÝNING 121
   BRAGÐ 122
CHORICITOS Í CIDER MEÐ HUNANGI OG RÓSMARÍN 123

Hráefni 123
ÚTRÝNING 123
BRAGÐ 123
PYLSU OG BEIKONSAMMI 124
Hráefni 124
ÚTRÝNING 124
BRAGÐ 124
GRILLIR SVEPPIR MEÐ RÆKJUM OG CAYENNE OLÍU OG BASILÍKU 126
Hráefni 126
ÚTRÝNING 126
BRAGÐ 126
PYLSU OG PERUKROKETTUR 127
Hráefni 127
ÚTRÝNING 127
BRAGÐ 128
ÞORSKKROKETTUR 129
Hráefni 129
ÚTRÝNING 129
BRAGÐ 129
SNIGLAR Í SÓSU 131
Hráefni 131
ÚTRÝNING 131
BRAGÐ 132
TÚNFISKBÖTUR 133
Hráefni 133

ÚTRÝNING 133

BRAGÐ 134

Hvítlauksrækjur 136

Hráefni 136

ÚTRÝNING 136

BRAGÐ 137

MOZZARELLA-, KIRSUBJA- OG RUCULA OLÍUSTEINAR 138

Hráefni 138

ÚTRÝNING 138

BRAGÐ 138

GILDAS 139

Hráefni 139

ÚTRÝNING 139

BRAGÐ 139

HEIMAMAÐUR EMPANADADEIG 140

Hráefni 140

ÚTRÝNING 140

BRAGÐ 140

KJÚKLINGAKROKETTUR OG SOÐIÐ EGG 141

Hráefni 141

ÚTRÝNING 141

BRAGÐ 142

KROKETTIR BLÁÐOSTA OG VALHNETU 143

Hráefni 143

ÚTRÝNING 143

BRAGÐ 143

SERRANO SKINKUKROKETTUR 145
    Hráefni 145
    ÚTRÝNING 145
    BRAGÐ 145

ÞORSKKEYTUR MEÐ RÆKJUM 147
    Hráefni 147
    ÚTRÝNING 147
    BRAGÐ 148

SVÖRT ólífu- og ítölskum þurrkuðum tómötum FOCACCIA
.... 149
    Hráefni 149
    ÚTRÝNING 149
    BRAGÐ 150

MEXICAN GUACAMOLE 151
    Hráefni 151
    ÚTRÝNING 151
    BRAGÐ 151

OMELETTA ADELU 152
    Hráefni 152
    ÚTRÝNING 152
    BRAGÐ 152

MORTERUELO AF LA MANCHA 154
    Hráefni 154
    ÚTRÝNING 154
    BRAGÐ 155

AIOLI Kartöflur 156

Hráefni 156
ÚTRÝNING 156
BRAGÐ 156
Kjúklingalifur 157
Hráefni 157
ÚTRÝNING 157
BRAGÐ 158
BÆKUR PALMERITAS MEÐ PESTÓ 159
Hráefni 159
ÚTRÝNING 159
BRAGÐ 159
SERRANO SKINKUBRAUÐ MEÐ RÚSÍNUM 161
Hráefni 161
ÚTRÝNING 161
BRAGÐ 161
KRYDDAR KARTÖFLUR 162
Hráefni 162
ÚTRÝNING 162
BRAGÐ 163
SMIÐRÖÐ AF ÁL, RÆKJU OG MOZZARELLU 164
Hráefni 164
ÚTRÝNING 164
BRAGÐ 164
KARAMELBÆRÐUR PIQUILLO PIPPER 166
Hráefni 166
ÚTRÝNING 166

BRAGÐ	166
QUICHE LORRAINE	167
Hráefni	167
ÚTRÝNING	167
BRAGÐ	167
LAUKBLÓÐ	169
Hráefni	169
ÚTRÝNING	169
BRAGÐ	169
KRÆKLINGJABATA Í ESCABECHE	170
Hráefni	170
ÚTRÝNING	170
BRAGÐ	171
ANSJÓSURISTASTAÐ MEÐ TÓMATSULTU	172
Hráefni	172
ÚTRÝNING	172
BRAGÐ	172
TÓMATSORBETI MEÐ ANDASKINKU OG BASILIKU	174
Hráefni	174
ÚTRÝNING	174
BRAGÐ	174
TÍGRI	176
Hráefni	176
ÚTRÝNING	176
BRAGÐ	177
MARINERT ANSJÓS OG RISTAÐ RAUÐ PIPARRISTAÐ	178

Hráefni 178

ÚTRÝNING 178

BRAGÐ 178

SERRANO SKINKU TÍMBAL FULLT MEÐ VORLAUK, EPLA OG OSTI 180

Hráefni 180

ÚTRÝNING 180

BRAGÐ 181

SVEPPE- OG OSTAPÖÐ 182

Hráefni 182

ÚTRÝNING 182

BRAGÐ 182

GRÆNTÆMA KJÚKLINGARRISTASTAÐ MEÐ GRILLUM ANANAS 184

Hráefni 184

ÚTRÝNING 184

BRAGÐ 184

LANDSALAT 187

Hráefni 187

ÚTRÝNING 187

BRAGÐ 187

ÞÝSKA SALAT 189

Hráefni 189

ÚTRÝNING 189

BRAGÐ 189

HRÍSALAT 190

Hráefni 190
    ÚTRÝNING 190
    BRAGÐ 190
BLANDAÐ SALAT 191
    Hráefni 191
    ÚTRÝNING 191
    BRAGÐ 191
HEITT PIPIRRANA SALAT MEÐ SMOKKA 193
    Hráefni 193
    ÚTRÝNING 193
    BRAGÐ 193
CAPRESESALAT 196
    Hráefni 196
    ÚTRÝNING 196
    BRAGÐ 196
RÚSSNESKT SALAT 197
    Hráefni 197
    ÚTRÝNING 197
    BRAGÐ 197
HVÍT BAUNASALAT MEÐ BEIKON OG APPELSÍNU 199
    Hráefni 199
    ÚTRÝNING 199
    BRAGÐ 199
HAKE A LA RIOJANA 201
    Hráefni 201
    ÚTRÝNING 201

BRAGÐ 201
ÞORSKUR MEÐ JARÐABERJASÓSU 203
    Hráefni 203
    ÚTRÝNING 203
    BRAGÐ 203
Sýrður urriði 204
    Hráefni 204
    ÚTRÝNING 204
    BRAGÐ 205
SJÁBRAÐAR BILBAO STÍLL 206
    Hráefni 206
    ÚTRÝNING 206
    BRAGÐ 206
RÆKJU SCAMPI 207
    Hráefni 207
    ÚTRÝNING 207
    BRAGÐ 207
ÞORSKAR 208
    Hráefni 208
    ÚTRÝNING 208
    BRAGÐ 208
GULLÞORSKUR 210
    Hráefni 210
    ÚTRÝNING 210
    BRAGÐ 210
KRABBA Í BASKI STÍL 211

    Hráefni 211

    ÚTRÝNING 211

    BRAGÐ 212

ANSJÓS Í EDIKI 213

    Hráefni 213

    ÚTRÝNING 213

    BRAGÐ 213

BRANDADE OF COD 214

    Hráefni 214

    ÚTRÝNING 214

    BRAGÐ 214

TÍMABÆRI Í ADOBO (BIENMESABE) 215

    Hráefni 215

    ÚTRÝNING 215

    BRAGÐ 216

SÚRSURÐUR SÍTRUS OG TÚNFISKUR 217

    Hráefni 217

    ÚTRÝNING 217

    BRAGÐ 218

SALAT AF ANSJÓS OG SARDÍNUM MARINAÐAR MEÐ PARMESAN

Hráefni

100 **g parmesanostur**

75 **g ólífur**

75 **g valhnetur**

10 **marineraðar sardínur**

10 **ansjósur**

1 **hvítlauksgeiri**

1 **agúrka**

1 **vorlaukur**

½ **andívía**

Edik

Ólífuolía

Salt

ÚTRÝNING

Þvoið og sótthreinsið escaroleið. Nuddaðu helmingnum hvítlauk á yfirborð salatskálar.

Afhýðið gúrkuna og fjarlægið þunnar strimla. Skerið parmesanostflögurnar á sama hátt. Bætið því við endífið. Hellið ólífunum og skerið þær í fernt. Skerið vorlaukinn í fína julienne strimla.

Ljúktu við að setja saman salatið með valhnetunum, ólífunum, sardínunum og ansjósunum. Klæðið með vinaigrette af olíu, ediki og salti.

BRAGÐ

Venjuleg hlutföll fyrir vinaigrettes eru 3 hlutar olíu á móti 1 hluta ediki auk klípa af salti.

Kúrbítsalat með myntu, valhnetum og bláosti

Hráefni

2 **kúrbít**

200 **g gráðostur**

100g **af valhnetum**

8 **myntublöð**

1 **cayenne**

2 **matskeiðar sítrónusafi**

6 **matskeiðar af extra virgin ólífuolíu**

Salt og pipar

ÚTRÝNING

Þvoið kúrbítinn og fjarlægið þunnar strimla með hjálp skrœldara. Fjarlœgðu líka þunnar rœmur af parmesan og myntu. Skerið ostinn og hneturnar í litla bita.

Búið til vinaigrette með olíunni, sítrónusafanum, fínsöxuðum cayennepipar, salti og pipar.

Blandið öllu hráefninu saman og klœðið með vínaigrettunni.

BRAGÐ

Salat þarf að klœða á síðustu stundu. Annars verða hráefnin blaut og ekki stökk.

HÆGRSALAT MEÐ VATNEMELÓNU, MOZZARELLU OG SKINKU

Hráefni

1 poki af lambalati
175 g af mozzarella í litlum kúlum
100 g af serranoskinku
½ vatnsmelóna
½ búnt af basil
3 matskeiðar af ediki
Ólífuolía
Salt og pipar

ÚTRÝNING

Skerið vatnsmelónukúlur út með kýla. Setjið lambasalatið í salatskál, setjið mozzarellaostinn og vatnsmelónukúlurnar ofan á. Skerið skinkuna í strimla og bætið út í salatið. Blandið hráefninu saman.

Myljið basilíkuna í smá olíu. Búðu til vinaigrette með 9 matskeiðar af basilíkuolíu og 3 af ediki.

Klæðið salatið og kryddið með salti og pipar.

BRAGÐ

Mjög frumlegur og frískandi forréttur er að sökkva vatnsmelónukúlunum í sólarhring í drykk að eigin vali (sangria, mojito o.fl.).

KÁLSALAT

Hráefni
½ **hvítkál**
4 **matskeiðar þungur rjómi**
2 **matskeiðar majónesi**
1 **matskeið sinnep**
1 **tsk edik**
½ **lítill vorlaukur**
2 **gulrætur**
1 **epli**
Salt

ÚTRÝNING

Skerið hvítkál, gulrætur, vorlauk og eplið í mjög þunnar strimla. Blandið saman rjóma, majónesi, sinnepi og ediki með sleif í skál. Klæðið salatið með sósunni, kryddið með salti og hrærið vel.

BRAGÐ

Látið hvíla í að minnsta kosti 2 klukkustundir í kæli og fjarlægið vökva sem gæti losnað.

KÁLSALAT MEÐ RÓFUMAJONES

Hráefni

175 g hvítkál

175 g rauðkál

75 g majónesi

1 stór gulrót

2 stórir graslaukur

1 epli

½ soðin rauðrófa

Salt og pipar

ÚTRÝNING

Hreinsið kálið og rauðkálið og skerið í mjög þunnar strimla.

Hreinsið og slípið gulrótina og graslaukinn. Afhýðið, kjarnhreinsið og rífið eplið.

Blandið rauðrófum saman við majónesi. Blandið öllu saman í skál og kryddið.

BRAGÐ

Látið hvíla í að minnsta kosti 2 klukkustundir í kæli og fjarlægið vökva sem gæti losnað.

PIKKERT HARFHÓNASALAT

Hráefni

4 rjúpur

2 glös af hvítvíni

1 romaine salat

1 hvítlauksgeiri

1 lárviðarlauf

1 gulrót

1 blaðlaukur

Hveiti

1 glas af ediki

Ólífuolía

Salt og pipar

ÚTRÝNING

Hveiti, kryddið og brúnið rjúpurnar í potti. Taktu út og pantaðu.

Steikið gulrót og blaðlaukur skorinn í stangir og sneiðan hvítlauk í sömu olíu. Þegar grænmetið er orðið mjúkt skaltu bœta við 1 glasi af olíu, ediki og víni. Bœtið lárviðarlaufinu og piparnum út í, kryddið með salti og eldið í 5 mín.

Bœtið rjúpunum út í og eldið í 35 mínútur í viðbót við vægan hita eða þar til þœr eru mjúkar. Látið standa þakið af hitanum.

Hreinsið og sótthreinsið salatið. Skerið það í þunnar rœmur og bœtið beinalausum rjúpnahœnunum út í. Skreytið með marineringunni.

BRAGÐ

Escabeche er frábœr leið til að varðveita mat.

ENDÍVASALAT MEÐ þorski, túnfiski og ansjósu

Hráefni

1 **endívía**

350 **g afsaltuðum þorski**

25 **g ristaðar heslihnetur**

1 **lítil dós af steinhreinsuðum svörtum ólífum**

1 **dós túnfiskur í olíu**

1 **dós af ansjósum**

2 **hvítlauksrif**

6 **matskeiðar af ólífuolíu**

2 **matskeiðar af ediki**

Salt

ÚTRÝNING

Hreinsaðu og sótthreinsaðu escarole. Skerið það í meðalstóra bita og geymið.

Eldið þorskinn í 2 mín, takið út og myljið.

Saxið hvítlaukinn í litla bita og brúnið hann létt í olíunni. Bætið ediki út af hitanum.

Setjið escarole, ólífur, mulið þorsk, túnfisk og ansjósu í salatskál. Vatn með olíu með hvítlauk og leiðrétta salt.

Bætið söxuðum heslihnetum ofan á.

BRAGÐ

Þú getur líka bætt við nokkrum granateplum. Það mun gefa salatinu sætan og súran blæ á sama tíma.

ENDÍVASALAT MEÐ SVEPPE, RÆKJUM OG MANGÓ

Hráefni

½ **andívía**

150 **g af sveppum flakaðir og hreinsaðir**

150 **g Burgos ostur**

16 **soðnar og afhýddar rækjur**

1 **þroskað mangó**

1 **matskeið sinnep**

12 **matskeiðar af ólífuolíu**

3 **matskeiðar af ediki**

Salt og pipar

ÚTRÝNING

Þvoið og sótthreinsið escaroleið og skerið það í meðalstóra bita.

Flysjið og skerið mangóið í meðalstóra teninga. Skerið ostinn í teninga af sömu stærð.

Berið salatið fram með andívínum, ostinum, mangóinu, hreinsuðu og flökuðu sveppunum og rækjunum.

Þeytið olíu, edik, sinnep, salt og pipar og klæddu salatið með þessari vinaigrette.

BRAGÐ

Til að escaroleið verði stökkara verður að geyma það í ísvatni í 5 mínútur eftir að hafa verið þvegið.

Hlátursalat með ávöxtum, rækjum og hunangi og sinneps-VINAIGRETTE

Hráefni
1 **poki af lambalati**
150 **g gráðostur**
75 **g valhnetur**
12 **rækjur soðnar og flysjaðar**
2 **matskeiðar sinnep**
1 **matskeið hunang**
8 **jarðarber**
2 **kíví**
½ **mangó**
12 **matskeiðar af ólífuolíu**
3 **matskeiðar af ediki**
Salt og pipar

ÚTRÝNING

Skerið alla ávextina í venjulega teninga og geymið í kæli. Gerðu vínaigrettuna með því að þeyta olíu, edik, sinnep, hunang, salt og pipar í skál.

Diskið botn af lambalati. Setjið ávextina ofan á og endið með rækjunum. Kryddið með vinaigrette.

BRAGÐ
Salat þarf að klæða á síðustu stundu. Annars verða hráefnin blaut og ekki stökk.

ENDÍVASALAT MEÐ GRENATEPLUM OG TÚNFISK

Hráefni

1 **endívía**

150 **g af niðursoðnum túnfiski**

1 **lítill rifinn tómatur**

1 **hvítlauksgeiri**

1 **handsprengja**

6 **matskeiðar af ólífuolíu**

2 **matskeiðar af ediki**

Salt og pipar

ÚTRÝNING

Skerið hvítlaukinn í tvennt og nuddið salatskálina með honum þar til hann er vel gegndreyptur.

Skerið escaroleið, skellið granateplinu og bætið rifnum tómötum og túnfiski út í.

Búðu til vinaigrette með olíu, ediki, salti og pipar. Steikið escaroleið og blandið vel saman þannig að bragðið slái í gegn.

BRAGÐ

Annar möguleiki er að saxa hvítlaukinn í litla bita og brúna hann létt í olíu. Svo er salatið klætt með þessari hlýju dressingu.

HJARTASALAT MEÐ TÚNFISK OG CASHEW HNETUM

Hráefni

4 brum
150 g af túnfiski niðursoðinn í olíu
100 g af ristuðum kasjúhnetum
1 tsk sæt paprika
2 hvítlauksrif
litaðir kirsuberjatómatar
svartar ólífur
12 matskeiðar af olíu
4 matskeiðar af ediki
Salt

ÚTRÝNING

Hreinsið brumana, skerið þá í fernt og setjið í framreiðsluskál.

Saxið hvítlaukinn smátt og brúnið hann á pönnu með olíu. Bætið kasjúhnetunum, paprikunni og ediki út í.

Bætið túnfiski, ólífum og tómötum við hjörtun og klæðið með volgri vínaigrettunni.

BRAGÐ

Steikið paprikuna í aðeins 5 sekúndur áður en edikinu er bætt út í; ef það er steikt meira brennur það og vínaigrettan verður bitur á bragðið.

SPINATSALAT MEÐ SVEPPE, BEIKONI OG PARMESAN

Hráefni
1 **poki af fersku spínati**
100 **g beikon**
50 **g af ferskum sveppum**
30 **g rifinn parmesanostur**
2 **matskeiðar sinnep**
1 **matskeið sítrónusafi**
9 **matskeiðar af ólífuolíu**
Salt og pipar

ÚTRÝNING
Skerið beikonið í strimla og brúnið það á pönnu án olíu.

Setjið spínatið, hreinsaða og sneiða sveppi, parmesanostinn og beikonið í salatskál.

Blandið saman olíu, sinnepi, sítrónusafa, salti og pipar og klæddu salatið með þessari vinaigrette. Fjarlægja.

BRAGÐ
Einnig má bæta valhnetum og klofnum möndlum í salatið.

SPINATSALAT MEÐ PERUM, BLÁOST OG SINNEPSVÍNGI

Hráefni

2 **perur**
150 **g gráðostur**
100 **g af spínati**
75 **g valhnetur**
½ **vorlaukur**
1 **matskeið Dijon sinnep**
1 **matskeið sítrónusafi**
1 **matskeið edik**
9 **matskeiðar af ólífuolíu**
Salt og pipar

ÚTRÝNING

Afhýðið og helmingið perurnar og skerið þær síðan í þunnar sneiðar. Skerið líka graslaukinn smátt og skerið ostinn í teninga.

Blandið saman olíu, ediki, sinnepi, sítrónusafa, salti og pipar.

Setjið salatið saman með spínati, perum, graslauk og osti. Kryddið með vinaigrette og bætið söxuðum valhnetum ofan á.

BRAGÐ

Þú getur notað þær hnetur, ávexti og osta sem okkur finnst best.

KÚKÆTUSALAT MEÐ TORSKI OG BASILÍKU AIOLI

Hráefni

500 g **af soðnum kjúklingabaunum**

500 g **afsaltuðum þorski**

250 **ml af mjólk**

1 **tsk paprika**

2 **hvítlauksrif**

1 **vorlaukur**

1 **grœn paprika**

8 **basilíkublöð**

Alioli sósa (sjá kaflann um seyði og sósur)

ÚTRÝNING

Sjóðið þorskinn í mjólkinni í 2 **mín. Takið út, þurrkið og myljið.**

Skerið vorlauk, hvítlauk og pipar í litla bita. Steikið grœnmetið í 15 **mínútur við vægan hita með smá olíu og bætið svo paprikunni út í. Blandið kjúklingabaununum saman við sósuna og kryddið með salti.**

Blandið basilíkublöðunum saman við aioli þar til þú fœrð einsleita sósu.

Skellið kjúklingabaununum, setjið þorskinn ofan á og klœddist með 1 **matskeið af basilíku-aioli.**

BRAGÐ
Það er hægt að gera með reyktum þorski. Útkoman er stórkostleg.

RISTAÐ GRENSALASALAT MEÐ REYKTU þorski

Hráefni

150 g reyktur þorskur

10 svartar ólífur

4 rauðar paprikur

3 hvítlauksrif

2 eggaldin

1 vorlaukur

Edik

150ml ólífuolía

Salt

ÚTRÝNING

Hreinsið grœnmetið, smyrjið það með olíu og bakið það ásamt hvítlauknum vafið inn í álpappír við 160 °C í 1 klukkustund. Fjarlœgðu og hyldu paprikurnar svo þœr svitni.

Afhýðið eggaldin og paprikuna og skerið í strimla. Julienne sker einnig vorlaukinn.

Myljið hvítlaukinn og ólífurnar með olíu.

Setjið grœnmetið á disk, kryddið með salti, bœtið þorskinum og ólífuolíunni út í og bætið með smá ediki.

BRAGÐ

Að svitna paprikurnar þýðir að hylja þær strax eftir bakstur með klút eða matfilmu eða álpappír. Þannig að uppgufun gerir það mun auðveldara fyrir húðina að flagna af.

ÝMISLEGT SALATSALAT MEÐ GEITASTÓST OG HNETUM VINAIGRETTE

Hráefni

1 **poki af blönduðu salati**
100 **g beikon**
50 **g af valhnetum**
50 **g möndlur**
50 **g heslihnetur**
2 **matskeiðar af hunangi**
4 **sneiðar af geitaosti**
15 **kirsuberjatómatar**
8 **þurrkaðir tómatar í olíu**
1 **vorlaukur**
125 **ml af jómfrúarolíu**
45 **ml af Modena ediki**

ÚTRÝNING

Brúnið hneturnar í olíunni. Bœtið Modena ediki og matskeiðum af hunangi út í. Tœma, en skilja eftir heila bita.

Steikið ostasneiðarnar á báðum hliðum á mjög heitri pönnu. Taktu út og pantaðu. Brúnið beikonið skorið í strimla á sömu pönnu.

Skerið vorlaukinn í Juliana.

Setjið salatið saman með blönduðu salatinu, klofnu tómötunum, beikoninu, graslauknum og ostinum. Kryddið eftir smekk með þurrkuðum ávaxtavinaigrette.

BRAGÐ

Þú getur bætt við nokkrum parmesan flögum og nokkrum steiktum brauðteningum.

GRENSALAAT

Hráefni

700 g af soðnum belgjurtum (kjúklingabaunir, hvítar baunir osfrv.)

1 lítill laukur

½ rauð paprika

½ græn paprika

1 stór tómatur

3 dósir af niðursoðnum túnfiski

12 matskeiðar af ólífuolíu

4 matskeiðar af ediki

Salt

ÚTRÝNING

Skerið tómata, papriku og lauk í mjög litla bita. Blandið túnfisknum og tæmdu og þvegnu belgjurtunum saman við og kryddið með olíu, ediki og salti.

BRAGÐ

Tilvalið til að borða belgjurtir á sumrin og fyrir litlu börnin að borða þær betur.

LUNSULA- OG RÆKJUSALAT

Hráefni

250 g af soðnum linsubaunir
12 soðnar rækjur
2 matskeiðar sinnep
3 greinar af graslauk
1 stór tómatur
1 vorlaukur
6 matskeiðar af ólífuolíu
½ matskeið edik
Salt og pipar

ÚTRÝNING

Afhýðið tómatana og skerið í litla bita. Skerið líka vorlaukinn í litla bita og saxið graslaukinn smátt.

Blandið vorlauknum, tómötunum, graslauknum og soðnum linsubaunum saman í skál.

Þeytið olíuna með sinnepi, ediki og pipar.

Klæðið salatið með vinaigrettunni, hrærið og kryddið með salti. Berið fram með afhýddum rækjum ofan á.

BRAGÐ

Best er að gera það daginn áður svo salatið fái meira bragð.

PIPIRSALAT MEÐ OSTA OG SÓÐAÐRI SKINKU

Hráefni

250 g af soðinni skinku

150 g manchego ostur

250ml majónesi

2 grœnar paprikur

2 rauðar paprikur

2 tómatar

½ salat

Ólífuolía

Salt

ÚTRÝNING

Skerið paprikuna í þunnar strimla og skinkan og ostinn í teninga.

Brúnið paprikuna í mjög heitri potti í 5 mín. Áskilið.

Hreinsið og sótthreinsið salatið og skerið það í þunnar strimla. Setjið það í botninn á salatskál, setjið síðan sneiða tómatana, ofan á paprikuna, skinkuna og ostinn. Sósa með majónesi.

BRAGÐ

Til að fá upprunalega sósu skaltu blanda 1 matskeið af karrý saman við majónesi.

GRÆNT ASPARSALAT MEÐ SERRANÓ SKINKU

Hráefni
1 búnt af grœnum aspas
1 matskeið hunang
4 sneiðar af serranoskinku
2 ítalskar grœnar paprikur
2 vorlaukar
1 eikarlaufsalat
Rúsínur
11 matskeiðar af ólífuolíu
3 matskeiðar af Modena ediki
Salt og pipar

ÚTRÝNING
Hreinsið, sótthreinsið og skerið salatið í meðalstóra bita. Áskilið.

Skerið þunnar strimla af aspasnum með skrœldara. Steikið þœr í 30 sekúndur á mjög heitri pönnu með 2 msk af olíu. Lagfœrðu saltið og geymdu.

Saxið paprikuna og graslaukinn smátt. Skerið í strimla og brúnið serranoskinkuna. Búðu til vinaigrette með restinni af olíunni, ediki, hunangi, salti og pipar.

Skellið salatið á borðið, setjið paprikuna og vorlaukinn ofan á. Bœtið volgum aspasnum, serranoskinkunni, handfylli af rúsínum út í og klæddið með vínaigrettunni.

BRAGÐ

Til að salatið verði sléttara og stökkara verður að setja það í ísvatn þar til það er tilbúið til að hylja það.

PASTA SALAT

Hráefni

200 g **spíralar**

300 g **manchego ostur**

300 g **York skinka**

50 g **grónar ólífur í grýttu**

4 **dósir af niðursoðnum túnfiski**

1 **dós af piquillo papriku**

10 **ansjósur**

3 **soðin egg**

2 **gulrœtur**

2 **tómatar**

1 **vorlaukur**

Bleik sósa (sjá kaflann um seyði og sósur)

ÚTRÝNING

Sjóðið pastað í miklu söltu vatni. Tœmdu, endurnœrðu og geymdu kalt.

Rífið gulrœturnar. Saxið vorlaukinn og tómatana smátt. Skerið piquillo paprikuna, eggin og ansjósurnar í litla bita og skerið Manchego ostinn og York skinkuna í teninga.

Blandið pastanu saman við allt hráefnið og klœdið með bleiku sósunni.

BRAGÐ

Þú getur líka bœtt við saxaðri basil, maís og 1 tsk af papriku.

KARTÖLFLUSALAT MEÐ ANSJÓSUM, BLÁÓSTI OG VALHNETUM

Hráefni

4 **stórar kartöflur**

25 **g gráðostur**

4 **matskeiðar majónesi**

15 **ansjósur**

3 **soðin egg**

1 **tómatur**

Valhnetur

Mjólk

Ólífuolía

gróft salt

ÚTRÝNING

Skrœlið og skerið kartöflurnar í þykkar sneiðar og eldið þœr í köldu vatni við vœgan hita, þannig að þœr brotni ekki. Tœmdu og kœldu.

Afhýðið tómatana og skerið í þunnar sneiðar. Blandið ostinum saman við majónesi og skvettu af mjólk.

Skerið kartöflurnar með smá grófu salti og olíu. Setjið tómatsneiðarnar og ansjósurnar ofan á. Klœðið að lokum með ostasósunni og skreytið með handfylli af söxuðum valhnetum.

BRAGÐ

Önnur útgáfa er að bæta við salatinu nokkrum strimlum af ristuðum rauðum pipar með 1 smátt skornum hvítlauk.

RISTAÐ PIPARSALATI MEÐ TÚNFISK OG VORLAUK

Hráefni

4 stórar rauðar paprikur

3 dósir af niðursoðnum túnfiski

2 hvítlauksrif

2 vorlaukar

Edik

Ólífuolía

Salt

ÚTRÝNING

Þrýstið stilknum af paprikunni inn á við og frœhreinsið. Hellið smá olíu á bökunarplötu og setjið paprikuna, einnig smurð í olíu. Steikið við 160 °C í 90 mín og snúið við hálfa bakstur.

Á meðan er vorlaukurinn skorinn í mjög þunnar julienne strimla og hvítlaukinn í litla bita.

Þegar paprikurnar eru ristaðar skaltu hylja þær í 40 mínútur með plastfilmu svo þær svitni.

Skerið paprikuna í strimla, bœtið vorlauknum, hvítlauknum og túnfisknum út í. Kryddið með olíu, ediki og salti og notið soðið sem verður til við bakstur til að klœða salatið.

BRAGÐ

Hœgt er að steikja piparhýðina við meðalhita og fá stökka kristalla sem eru fullkomnir til að skreyta.

GRÆSKA SALAT

Hráefni

500 **g fetaostur**

1 **matskeið oregano**

5 **gúrkur**

2 **stórir tómatar**

Steinhreinsaðar svartar ólífur

Ólífuolía

Salt

ÚTRÝNING

Afhýðið og skerið gúrkurnar í meðalstóra teninga. Skerið fetaostinn og tómatana í sömu stærð.

Blandið saman gúrkum, osti, tómötum, svörtum ólífum og oregano í salatskál. Kryddið með ólífuolíu og salti.

BRAGÐ

Þú getur bætt smá ediki við. Ef tómatarnir eru flysjaðir áður en þeir eru skornir niður er lokaáferðin mjög góð.

MALAGUEÑA SALAT

Hráefni

1 **kg af kartöflum**

150 **g túnfiskur í dós** (eða reyktur þorskur)

50 **g af svörtum ólífum**

1 **matskeið sherry edik**

2 **appelsínur**

2 **egg**

1 **vorlaukur**

3 **matskeiðar ólífuolía**

Salt

ÚTRÝNING

Juliana sker vorlaukinn. Skerið kartöflurnar í meðalstóra bita og eldið þar til þær eru mjúkar. Eldið líka eggin í 10 mín. Kælið og afhýðið.

Fjarlægðu sneiðarnar af appelsínunni og hreinsaðu hvítleita húðina.

Setjið salatið saman með soðnu kartöflunum, sneiðum eggjunum, graslauknum, heilu svörtu ólífunum, túnfiskinum eða reykta þorskinum og appelsínubitunum. Kryddið með vínaigrette af olíu, ediki og klípu af salti og hrærið.

BRAGÐ

Þú getur líka bætt við nokkrum myntulaufum.

MIMOSA SALAT

Hráefni

1 **stórt romaine salat**

250 **g af vínberjum**

¼ **lítri af rjóma**

3 **meðalstórir bananar**

3 **stórar appelsínur**

1 **harðsoðið egg**

Safi úr ¼ sítrónu

Salt og pipar

ÚTRÝNING

Hreinsið salatið og skerið það í stóra bita. Afhýðið og skerið bananana í sneiðar. Afhýðið appelsínurnar, skiptið þeim í sneiðar og fjarlægið hvítu filmuna sem hylur þær.

Setjið salatið saman með kálinu, ávöxtunum og söxuðu egginu ofan á.

Kryddið með sósu með rjóma, sítrónusafa, salti og pipar.

BRAGÐ

Til að koma í veg fyrir að grjónin brúnist, dreypið sítrónusafa yfir þegar hún er skorin.

NICOISE SALAT

Hráefni

500 **g af kartöflum**

500 **g tómatar**

250 **g grœnar baunir**

120 **g af svörtum ólífum**

1 **matskeið sinnep**

15 **ansjósur**

10 **matskeiðar af olíu og ólífu**

3 **matskeiðar af ediki**

Salt og sykur

ÚTRÝNING

Skrœlið og skerið kartöflurnar í jafnstórar sneiðar og eldið við meðalhita, þannig að þær brotni ekki, þar til þær eru mjúkar.

Fjarlægðu odd og hliðar baunanna. Skerið þær í venjulega bita og eldið í miklu sjóðandi vatni þar til þær eru mjúkar. Hressið með köldu vatni eða ís.

Setjið kartöflurnar, tómatana skorna í áttundu, baunirnar í salatskál og setjið ólífurnar og ansjósurnar ofan á.

Búðu til vinaigrette með því að þeyta olíuna með ediki, sinnepi, salti og smá sykri. Steikið ofan á

BRAGÐ

Hægt er að skipta ansjósunum út fyrir góðar niðursoðnar sardínur.

KJÚKLINGASALAT MEÐ ÁVENDUM OG CIDER VINAIGRETTE

Hráefni

1 **kjúklingabringa**
80 **g gráðostur**
4 **matskeiðar af náttúrulegum eplasafi**
10 **plómur**
3 **pippi epli**
3 **appelsínur**
1 **lollo rosso salat**
12 **matskeiðar af ólífuolíu**
1 **matskeið edik**
Salt og pipar

ÚTRÝNING

Hreinsið, sótthreinsið og skerið salatið í meðalstóra bita og geymið það í ísvatni.

Eldið kjúklingabringuna í 15 mín. Fískið, kœlið og skerið í strimla.

Afhýðið appelsínurnar og fjarlœgðu sneiðarnar, forðastu hýðið sem hylur þœr. Afhýðið og skerið eplin í sneiðar.

Búðu til vinaigrette með olíu, ediki, eplasafi, salti og pipar.

Skellið salatið á borðið, setjið eplin, kjúklinginn og appelsínurnar ofan á, myljið síðan gráðostinn og bœtið plómunum út í. Kryddið með vinaigrette.

BRAGÐ

Ef þú bœtir smá steiktum smokkfiski við fœrðu heill salat sem hœgt er að borða sem stakan rétt.

Kolkrabbi, RÆKJUR OG AVOCADO SALAT

Hráefni

1 **kolkrabbafœtur**

12 **rækjur soðnar og flysjaðar**

1 **þroskað avókadó**

1 **tómatur**

½ **vorlaukur**

1 **sítrónu**

ferskt kóríander

Extra virgin ólífuolía

Salt

ÚTRÝNING

Sjóðið saltvatn í potti. Hræða kolkrabbafótinn 3 sinnum og sökkva honum síðan alveg á kaf. Lækkið hitann og eldið í um 40-45 mín. Farið í gegnum kalt vatn, skolið af og þurrkið. Skerið fótinn í sneiðar og kryddið.

Flysjið avókadóið, fjarlægið steininn og skerið í stóra teninga. Skerið vorlaukinn í mjög þunnar Julienne strimla. Fjarlægðu fræin af tómötunum og skerðu hann í litla teninga. Skerið rækjurnar í tvennt og saxið smátt saman með handfylli af kóríander.

Blandið öllu hráefninu saman og kryddið með sítrónusafa, salti og ólífuolíu eftir smekk.

BRAGÐ

Að hræða kolkrabba þýðir að dýfa honum þrisvar sinnum í sjóðandi vatn til að gera hann mjúkan.

RUCULA SALAT MEÐ REYKTU MAT, BLEIKRI SÓSU OG VALHNETUM

Hráefni

150 **g af hreinni rucola**

125 **g af reyktum silungi**

100 **g reyktur þorskur**

100 **g af reyktum laxi**

75 **g af bleikri sósu (sjá kaflann um seyði og sósur)**

25 **g af ansjósum**

20 **g af saxuðum valhnetum**

1 **harðsoðið egg**

ÚTRÝNING

Skerið allt hráefnið í fína strimla. Blandið saman við rucola, söxuðu valhneturnar og bleiku sósuna. Diskið og skreytið með söxuðu harðsoðnu egginu.

BRAGÐ

Þú getur notað það salat eða spíra sem þér líkar best við eins og lambasalat, romaine salat, eikarlauf o.fl.

PASTA SALAT MEÐ FETA OSTI OG MYNTU

Hráefni
500 **g pasta**
250 **g fetaostur**
½ **búnt af ferskri myntu**
3 **þroskaðir tómatar**
Parmesan
Steinhreinsaðar svartar ólífur
Modena edikslækkun
Ólífuolía

ÚTRÝNING
Sjóðið pastað í miklu sjóðandi vatni með salti og þegar það er tilbúið, látið renna af og kælið.

Saxið myntuna smátt, rífið tómatana saman við parmesan og skerið fetaostinn í teninga.

Blandið pastanu saman við allt hráefnið, kryddið með olíu og balsamikedikislækkun.

BRAGÐ
Ef þess er óskað skaltu bæta við nokkrum vökvuðum ítölskum þurrkuðum tómötum.

RÆKJUR, ANSJÓS OG GRANEPLASALAT

Hráefni

500 **g af kartöflum**

250 **g af skrœldar rœkjur**

200 **g gulrœtur**

1 **lítil dós af soðnum ertum**

1 **dós af piquillo papriku**

10 **grónar ólífur með gryfju**

10 **ansjósur**

4 **súrsuðum gúrkur**

2 **soðin egg**

1 **handsprengja**

majónesi

ÚTRÝNING

Skrœlið og skerið kartöflurnar og gulrœturnar í litla teninga og eldið þœr í mismunandi söltu vatni þar til þœr eru mjúkar.

Eldið rœkjurnar í 1 mínútu, sigtið og hressið. Snúðu handsprengjunni.

Saxið ansjósurnar, rœkjurnar, ólífurnar, eggin, agúrkurnar og piquillo paprikuna smátt. Blandið saman við restina af hráefninu og kryddið með salti. Sósa með majónesi eftir smekk, hrœrið og geymið í kœli þar til það er borið fram.

BRAGÐ

Það má krydda með muldu majónesi ásamt 1 matskeið af möluðu kúmeni.

RUCULA SALAT MEÐ BEIKON, BLÁOST OG VALHNETUR

Hráefni
1 **poki af ferskri rucola**
150 **g gráðostur**
75 **g valhnetur**
8 **sneiðar af reyktu beikoni**
fíkjur
Edik
Ólífuolía
Salt

ÚTRÝNING

Skerið beikonið í þunnar strimla og steikið það á pönnu. Taktu út og pantaðu. Skerið fíkjurnar í tvennt og brúnið þær (aðeins á kjöthliðinni) á sömu pönnu.

Skerið ostinn í teninga og valhneturnar í litla bita.

Setjið salatið saman með ruccola, beikoni, heitum fíkjum og valhnetum og klæddu með edikrette af olíu, ediki og salti.

BRAGÐ

Þú getur prófað mismunandi tegundir af ediki á markaðnum.

REYKUR LAX, RÆKJUR, KARTÖFLU- OG GRENNATEPLASALAT

Hráefni

350 **g reyktur lax**
250 **g kartöflur**
200 **g af skrœldar rœkjur**
100 **g parmesanostur**
1 **handsprengja**
½ **andívía**
100 **ml af ólífuolíu**

ÚTRÝNING

Eldið kartöflurnar í 20 mín eða þar til þœr eru mjúkar. Afhýðið, sneiðið og geymið.

Skerið granatepli í tvennt og ausið kjarnana úr. Fjarlœgðu parmesan flögur með skrœldara.

Eldið rœkjurnar í sjóðandi söltu vatni í 1 mín. Taktu út og endurnœrðu.

Þvoið og sótthreinsið escaroleið og skerið það í meðalstóra bita.

Setjið salatið saman með escarole botninum, kartöflunum ofan á, laxinn, rœkjurnar, granateplið og ostinn.

Kryddið með olíu, ediki, salti og pipar.

BRAGÐ

Til að afhýða granateplið auðveldara skaltu skera það lárétt í tvennt, setja afskorna hlutann ofan á höndina og slá utan með skeið.

GULVÓTUSALAT MEÐ DÓSAR SARDÍNUM

Hráefni

150 g af niðursoðnum sardínum
1 matskeið saxað ferskt kóríander
4 gulrœtur
Safi úr 1 sítrónu
Ólífuolía
Salt og pipar

ÚTRÝNING

Afhýðið gulrœturnar og fjarlœgið þunnar sneiðar. Setjið þœr í skál ásamt sítrónusafa, olíu, salti, pipar og kóríander. Fjarlœgja.

Klœðið sardínurnar með gulrótarsalatinu.

BRAGÐ

Þetta salat er frábœrt að breyta sítrónusafanum fyrir appelsínusafa.

WALDORF SALAT

Hráefni

200 **g sellerí**

80 **ml af rjóma**

2 **matskeiðar af skurnuðum valhnetum**

2 **matskeiðar majónesi**

1 **matskeið hunang**

1 **epli**

1 **pera**

1 **sítrónu**

Rifinn börkur af ½ **sítrónu**

Steinselja

ÚTRÝNING

Blandið hunangi, sítrónuberki, rjóma og majónesi saman í skál. Fjarlægðu og láttu kólna.

Hreinsið, afhýðið og saxið selleríið smátt. Stráið sítrónusafanum yfir.

Þvoið eplið og peruna og skerið í þunnar sneiðar. Bætið ávöxtunum út í selleríið með sítrónunni svo þeir oxist ekki.

Saxið valhneturnar og steinseljuna og blandið saman við ávextina og selleríið. Skreytið með hunangsdressingunni.

BRAGÐ

Þú getur líka bætt við smá fersku dilli.

KARTÖFLUSALAT MEÐ RÆKJUM OG GRÉNI

Hráefni
500 g af kartöflum
300 g af skrœldar rœkjur
3 piquillo paprikur
1 handsprengja
2dl af majónesi
Salt

ÚTRÝNING
Flysjið og skerið kartöflurnar í litla bita. Eldið, hressið og látið kólna.

Eldið rœkjurnar í sjóðandi vatni í 1 mín. Endurnœrið og látið kólna

Skerið piquillo piparinn í strimla og skellið granateplinu.

Blandið öllu saman, bœtið salti og sósu saman við majónesi. Blandið aftur saman og geymið í kœli þar til það er borið fram.

BRAGÐ
Til að gefa salatinu ferskan blœ má bœta nokkrum muldum myntulaufum út í majónesið.

CESAR SALAT

Hráefni

2 **kjúklingaflök**

100 **g majónesi**

70 **g rifinn parmesan**

4 **ansjósur**

1 **hvítlauksgeiri**

1 **romaine salat**

Brauð

Egg og brauðrasp (til að hjúpa)

Ólífuolía

Beikon

ÚTRÝNING

Blandið saman og myljið majónesið, rifinn parmesan, ansjósurnar og hvítlauksrifið. Geymið í kæli (hægt að breyta þyngd sósunnar eftir smekk).

Skerið kjúklingaflökin með þeyttu eggi og brauðrasp. Steikið, skerið í strimla og geymið. Skerið brauðið í ferninga og steikið eða bakið þar til þau eru gullin. Áskilið. Steikið beikonið skorið í strimla. Áskilið.

Setjið kálið í botninn á skál og setjið kjúklingastrimla, brauðteningum, sósu, rifnum osti og beikoni ofan á.

BRAGÐ

Þú getur gefið honum sætan blæ með því að bæta við döðlum eða eplum.

MURCIAN PIPIRRANA

Hráefni

2 tómatar

2 hvítlauksrif

3 matskeiðar af ediki

1 stór ítalsk græn paprika

1 laukur

1 agúrka

9 matskeiðar af ólífuolíu

Salt

ÚTRÝNING

Þvoið tómatana, paprikuna og afhýðið gúrkuna, hvítlaukinn og laukinn. Skerið allt í meðalstóra bita.

Búðu til vinaigrette með því að blanda saman olíu, ediki og salti. Klæðið salatið með vinaigrettunni og hrærið. Berið fram mjög kalt.

BRAGÐ

Ef laukurinn er mjög kryddaður, skerið hann niður og setjið hann í ísvatn í 2 klst. Þú munt missa kláðann.

RUCULA SALAT MEÐ MANGÓ, KJÚKLING OG PISTACHIOS

Hráefni

250 g af hreinni rucola

30 g pistasíuhnetur

4 grœnir aspas

2 kjúklingabringur

2 mangó

Edik

Ólífuolía

Salt og pipar

ÚTRÝNING

Fjarlægðu fínar strimlar af aspasnum með hjálp skrœldara. Eldið bringurnar í 5 mínútur, látið kólna og skerið í strimla. Flysjið og skerið mangóið í litla teninga og steikið aspasinn létt.

Blandið rukkula, mangói, kjúklingastrimlum og strimlum af aspasnum og pistasíuhnetunum saman.

Kryddið með vinaigrette af olíu, ediki, salti og pipar.

BRAGÐ

Hlutföll vinaigrettes eru venjulega 3 hlutar olíu á móti 1 hluta ediki, salt og pipar.

JULIANNE SÚPA

Hráefni

250 g hvítkál

250 g af blaðlauk

100 g gulrœtur

75 g rófur

50 g smjör

1 ½ l af hvítu kjúklingasoði

1 kvist af sellerí

Salt

ÚTRÝNING

Hreinsið, skerið grœnmetið í julienne strimla og steikið rólega í smjörinu og með ílátið lokað í 20 mín.

Hellið soðinu út í, eldið í 5 mínútur í viðbót og kryddið með salti.

BRAGÐ

Bœtið ristuðu brauði við með og smá pestósósu.

HVÍTUR HVÍTLAUKUR FRÁ MALAGA

Hráefni

250 **g brauðrasp (í bleyti í köldu vatni)**

100 **g af hráum möndlum**

3 **hvítlauksrif**

Edik

2 **dl af ólífuolíu**

Salt

ÚTRÝNING

Myljið möndlurnar mjög vel með smá köldu vatni. Bætið í bleyti brauðinu og blandið vel saman aftur. Hellið olíunni út í á meðan haldið er áfram að þeyta.

Hellið um það bil 1 ½ l af vatni þar til æskileg áferð er fengin. Farið í gegnum sigti eða kínverska og kryddið með ediki og salti.

BRAGÐ

Möndlur má skipta út fyrir aðra þurra ávexti. Fylgdu með strimlum af reyktum laxi og vínberjum.

RISTIN RAUÐ PIPARSÚPA

Hráefni

1 kg af rauðri papriku
1 lítri af kjúklingasoði
200 ml af rjóma
4 hvítlauksrif
2 stórar kartöflur
2 blaðlaukur
Ólífuolía
Salt og pipar

ÚTRÝNING

Smyrjið paprikuna með olíu og vefjið hvítlaukinn með álpappír. Steikið við 160 °C í 1 klst. Leyfðu þeim að svitna og flagna.

Hreinsið, saxið og steikið blaðlaukinn rólega undir lok í 20 mín. Bætið paprikunni og hvítlauknum út í.

Bætið skrældar og skornum kartöflum saman við. Baðið með soðinu og látið sjóða við vægan hita í 30 mín. Hellið rjómanum út í og eldið í 5 mínútur í viðbót. Blandið saman, sigtið og kryddið með salti og pipar.

BRAGÐ

Að svitna papriku þýðir að hylja hana með klút, gegnsærri filmu, silfurpappír o.s.frv., þannig að gufan sem hún myndar gerir það að verkum að húðin flagnar auðveldlega af og þannig er hægt að afhýða hana miklu betur.

KRABBABISK

Hráefni

500 g þroskaðir tómatar

500 g af árkrabba

100 g smjör

100g af lauk

100 g gulrætur

100 g af blaðlauk

75 g hrísgrjón

1 l af fiskistofni

2 dl af hvítvíni

1 dl brennivín

1 tsk af heitri papriku

1 timjankvistur

Salt og pipar

ÚTRÝNING

Steikið grænmetið skorið í litla bita í smjörinu. Bætið paprikunni út í og steikið.

Steikið krabbana í sitthvoru lagi og flamberað með brennivíninu. Geymið skottið og malið skrokkana með gufunni. Sigtið 2 eða 3 sinnum þar til engin skel er eftir.

Bætið soðinu, víninu, sneiðum tómötunum og timjaninu í pottinn með grænmetinu. Bætið hrísgrjónunum út í, eldið í 40 mín og blandið saman.

BRAGÐ

Hægt er að skipta krabba út fyrir hvaða skelfisk sem er, svo framarlega sem hann er ekki harður skel. Það er ljúffengt krem.

KJÚKLINGUR CONSOMME MEÐ EPLUM

Hráefni

4 **kjúklingaskrokkar**

2 **sellerístangir**

2 **epli**

1 **gulrót**

1 **vorlaukur**

1 **blaðlaukur**

1 **tómatur**

Salt

ÚTRÝNING

Eldið kjúklingaskrokka, selleri, gulrót, vorlauk, blaðlauk og tómata í 2 klukkustundir í köldu vatni. Sigtið, látið kólna og fitusýra. Áskilið.

Afhýðið, saxið smátt og eldið eplið í soðinu sem er frátekið í 20 mín.

Sigtið og bætið salti.

BRAGÐ

Til að fá gegnsœtt seyði skaltu alltaf elda hœgt. Frystu síðan. Þiðið á sigti og mjög fínn chinoise og bætið 3 gelatínblöðum við.

ANTEQUERA SAMBAND

Hráefni

1 kg af tómötum

500 g brauð

100 g af túnfiski í flögum

2 hvítlauksrif

1 rauð paprika

Edik

100 ml af ólífuolíu

Salt

ÚTRÝNING

Skerið tómatana, paprikuna, brauðið og hvítlaukinn í meðalstóra bita. Blandið öllu saman nema olíunni og ediki.

Farið í gegnum kínverska og bætið olíunni út í smátt og smátt og án þess að hætta að slá. Kryddið með salti og ediki.

Diskið og bætið við túnfiskinn ofan á.

BRAGÐ

Hann er mjög líkur salmorejo, en með mun þéttari áferð.

SAINT-GERMAIN krem

Hráefni

500 g af kartöflum

500 g af hreinum baunum

90 g smjör

1 ½ l af kjúklingasoði

1 stór blaðlaukur

100 ml af mjólk

Salt

ÚTRÝNING

Hreinsið og skerið blaðlaukinn í julienne strimla. Steikið rólega undir lok í 15 mín. Bætið við kartöflunum, skrældar og klofnar, og soðinu. Eldið 15 mín í viðbót.

Bætið baunum út í og eldið í 15 mín í viðbót. Myljið, sigtið og hellið mjólkinni. Eldið í 5 mínútur í viðbót og kryddið með salti.

BRAGÐ

Áður en mulið er, bætið við 6 myntulaufum. Ljúffengur.

RÆKJA OG RÆKJUSÚPA

Hráefni

250 g af samlokum
150 g af rækjum
150 g núðlur
1 l af fiskistofni
1 glas af hvítvíni
3 hvítlauksrif
1 lárviðarlauf
1 chilli
sæt paprika
Steinselja
Ólífuolía
Salt

ÚTRÝNING

Saxið hvítlaukinn smátt og steikið saman við chilli. Bætið paprikunni út í og steikið í 5 sekúndur. Bætið hvítvíninu út í og látið það minnka næstum alveg. Bætið rjúpunni við.

Bætið núðlunum við. Einni mínútu áður en þær eru teknar af hitanum, svo að núðlurnar verði mjúkar, bætið við hreinum samlokum og afhýddum rækjum. Stráið saxaðri steinselju yfir.

BRAGÐ

Hreinsaðu samlokurnar vel í 2 klst í köldu vatni með miklu salti til að fjarlægja óhreinindi og sand.

KASTÍLÍSKI KÆKURJÓNAKREM

Hráefni
375 **g af kartöflum**
125 **g kjúklingabaunir**
125 **g af blaðlauk**
125 **g tómatar**
2 **lítrar af kjúklingasoði**
1 **lítra af mjólk**
Salt og pipar

ÚTRÝNING

Þvoið kjúklingabaunirnar og leggið þær í bleyti í volgu vatni með 12 **klukkustunda fyrirvara.**

Hitið með soðinu og bætið kjúklingabaunum út í. Eldið þar til það er mjúkt.

Bætið við blaðlauk, tómötum og kartöflum. Hellið mjólkinni út í og eldið í 30 mín. Malið, sigtið og leiðréttið salt og pipar.

BRAGÐ
Það er hægt að gera með hvaða belgjurt sem er. Kremið er jafn ljúffengt.

FISKASÚPA

Hráefni

200 g skötuselur

200 g af lýsingi

200 g af rækjum

50 g af hrísgrjónum

1 ½ l af fiskikrafti (sjá kaflann um seyði og sósur)

1 græn paprika

1 rauð paprika

1 tómatur

1 laukur

Ólífuolía

Salt og pipar

ÚTRÝNING

Skerið laukinn og paprikuna í mjög litla bita og steikið rólega í 15 mín.

Hækkið hitann og bætið rifnum tómötum út í. Eldið þar til það tapar öllu vatni.

Bætið hrísgrjónunum og soðinu saman við og eldið í 16 mín. Bætið við lýsingsbitunum og skötuselinum skornum í meðalstóra teninga. Kryddið með salti og pipar og bætið afhýddum rækjum út í. Steikið í 2 mín í viðbót og berið fram.

BRAGÐ

Bætið 100 g af fennikula út í sósuna. Það gefur honum stórkostlega anísbragð.

TORSKREM

Hráefni

1 **kg af kartöflum**

200 **g afsaltuðum þorski**

100 **ml af hvítvíni**

3 **meðalstórir blaðlaukar**

2 **gulrætur**

1 **lárviðarlauf**

1 **stór laukur**

Ólífuolía

Salt og pipar

ÚTRÝNING

Skerið laukinn í juliana og skerið hreinan blaðlauk í þunnar sneiðar. Látið malla rólega í um 20 mín með loki pottinum.

Á meðan er þorskinn soðinn í 1 l af köldu vatni í 5 mín. Geymið matreiðsluvatnið, fjarlægið þorskinn, myljið og fjarlægið beinin.

Skerið kartöflurnar og gulræturnar í meðalstóra bita og bætið í pottinn þegar blaðlaukurinn er soðinn. Steikið kartöflurnar aðeins, hækkið hitann og vætið með hvítvíninu. Láttu það minnka.

Þvoðu soðið með þorskvatninu sem er frátekið, bætið lárviðarlaufinu út í og eldið þar til kartöflurnar og gulræturnar eru mjúkar. Bætið þorskinum út í og eldið í 1 mínútu í viðbót. Fjarlægðu lárviðarlaufið, myljið og sigtið. Lagaðu salt og pipar.

BRAGÐ

Hægt er að skipta um þorsk fyrir lýsing. Bætið 1 matskeið af sætri papriku út í áður en soðinu er hellt út í.

BROKKOLÍSÚPA MEÐ RISTA BEIKON

Hráefni

150 g beikon

1 lítri af kjúklingasoði

125ml rjómi

2 spergilkál stilkar

2 hreinir blaðlaukar

2 stórar kartöflur

Ólífuolía

Salt og pipar

ÚTRÝNING

Hreinsið, saxið smátt og steikið blaðlaukinn við vægan hita og þakið í 20 mín. Bætið hreinsuðu og skornu spergilkálinu í blóma og steikið í 5 mínútur í viðbót.

Bætið skrældar og skornum kartöflum saman við. Þvoið með soðinu og eldið rólega í 20 mín. Hellið rjómanum út í og eldið í 10 mín í viðbót. Blandið saman, sigtið og kryddið með salti og pipar.

Brúnið beikonið sérstaklega á pönnu og berið ofan á rjómann.

BRAGÐ

Til að koma í veg fyrir að spergilkálið lykti svona sterka skaltu bæta við 2 matskeiðum af ediki meðan á eldun stendur.

GAZPACHO MANCHEGO

Hráefni

300 g brauðrasp

2 matskeiðar af ediki

1 matskeið fersk steinselja

1 soðið egg

1 hvítlauksgeiri

1 vorlaukur

¾ dl af ólífuolíu

Salt

ÚTRÝNING

Blandið brauðmylsnu, vorlauk, harðsoðnu eggi, hvítlauk og steinselju saman við olíu og ediki.

Sigtið og bætið salti. Bætið við smá vatni ef þarf.

BRAGÐ

Tilvalið er að búa til þetta gazpacho með mortéli þar til það verður að mauki og bæta svo vökvanum við.

Kúrbítskrem

Hráefni

1 kg kúrbít

1 lítri af kjúklingasoði

2 hreinir blaðlaukar

2 stórar kartöflur

Ólífuolía

Salt og pipar

ÚTRÝNING

Hreinsið, saxið smátt og steikið blaðlaukinn við vægan hita og þakið í 20 mín. Bætið hreinsuðum og sneiðum kúrbítnum út í. Steikið í 5 mínútur í viðbót.

Bætið skrældar og skornum kartöflum saman við. Baðaðu með soðinu. Eldið við vægan hita 30 mín. Blandið saman, sigtið og kryddið með salti og pipar.

BRAGÐ

Til að ná sléttri áferð, bætið við 1 osti á hvern gest þegar hann er malaður.

KASTÍLÍSKA SÚPA

Hráefni

100 g af serranoskinku

150 g brauð

1 ½ l af kjötsoði (eða kjúklingi)

1 matskeið paprika

5 hvítlauksrif

6 egg

Ólífuolía

Salt

ÚTRÝNING

Steikið rólega hvítlaukinn, skorinn í bita, án þess að hann litist, ásamt skinkuna skornum í julienne strimla.

Bætið sneiðum brauðinu út í og hrærið í 5 mín. Takið af hellunni og bætið paprikunni út í. Hrœrið hratt svo það brenni ekki.

Setjið aftur á eldinn og blautið með soðinu. Eldið í 5 mínútur, kryddið með salti og bœtið eggjunum út í.

BRAGÐ

Frábœr leið til að nota afganga af soðsúpu er að nota hana sem seyði fyrir þessa súpu.

GRASKERJÓM

Hráefni

500 g af skrældu graskeri

1 lítri af kjúklingasoði

3 gulrætur

2 skrældar kartöflur

1 stór tómatur

1 stór blaðlaukur

1 hvítlauksgeiri

1 laukur

Salt og pipar

ÚTRÝNING

Þvoið grænmetið og skerið það fínt. Steikið grasker, gulrætur, blaðlauk, hvítlauk og lauk við meðalhita í 30 mín.

Bætið við tómötunum skornum í fernt og kartöflunum, skrældar og skornar í bita.

Hellið soðinu út í og eldið í 45 mín við meðalhita. Blandið saman, sigtið og kryddið með salti og pipar.

BRAGÐ

Berið fram með nokkrum teningum af appelsínuhlaupi. Æðislegur.

GRÆN ASPARSÚPA MEÐ REYKTU LAX

Hráefni

250 ml af kjúklingasoði
100dl af rjóma
4 sneiðar af reyktum laxi
3 knippi af grœnum aspas
2 blaðlaukur
2 kartöflur
½ sellerí
Olía
Salt og pipar

ÚTRÝNING

Hreinsið aspas, blaðlauk, sellerí og skerið í litla bita. Steikið rólega í 25 mín.

Bœtið skrœldar og skornum kartöflum saman við. Vatn með soðinu og rjómanum. Eldið 25 mín. Blandið saman, sigtið og kryddið með salti og pipar.

Fylgdu með reyktum laxi skornum í strimla.

BRAGÐ

Þetta krem má taka heitt og kalt.

SPÍNATSÚPA MEÐ DÓSUM KOKKUM

Hráefni

1 **kg af spínati**
1 **lítri af kjúklingasoði**
1 **glas af þurru vermúti**
2 **stórar kartöflur**
2 **blaðlaukur**
1 **dós af kellingum**
1 **lak af gelatíni**
Ólífuolía
Salt og pipar

ÚTRÝNING

Hreinsið, saxið og steikið blaðlaukinn hægt og rólega í 20 mín. Bætið hreinsuðu og söxuðu spínati út í og steikið í 5 mínútur í viðbót.

Bætið skrældar og skornum kartöflum saman við. Bleytið með vermútinu og látið það minnka alveg. Baðið með soðinu og látið sjóða við vægan hita í 30 mín. Blandið saman, sigtið og kryddið með salti og pipar. Áskilið.

Fjarlægðu hnakkana úr dósinni og geymdu vökvann þeirra. Hitið vökvann örlítið.

Bætið gelatíninu sem áður hefur verið vökvað í köldu vatni út í heita kokkelseyðið og hrærið þar til það bráðnar. Geymið kalt á bakka til að ná ½ cm þykkt.

Skerið gelatíníð í litla hringi. Berið fram volga spínatkremið og setjið kokúlana ofan á og ofan á þetta matarlímið.

BRAGÐ

Bragðið af kellingunum er aukið með því að bræða gelatínið örlítið.

ANDALUSIAN GAZPACHO

Hráefni

1 kg af tómötum

250 g grœn paprika

250 g gúrkur

1 hvítlauksgeiri

½ laukur

Edik

2 dl af ólífuolíu

Salt

ÚTRÝNING

Þvoið grœnmetið vel og skerið það í meðalstóra bita.

Blandið öllu hráefninu vel saman, nema ediki og olíu þar til slétt. Sigtið í gegnum chinois og bœtið olíunni út í án þess að hœtta að slá. Bœtið við ediki eftir smekk.

BRAGÐ

Þú getur bœtt við 100 g af brauði, 1 glasi af vatni og um 8 kúmenkornum við malun.

SÚPA AF GRÆNUM BAUNUM OG PAPRIKA MEÐ SKINKUSALTI

Hráefni

450 g grœnar baunir

250 g af kartöflum

100 g af serranoskinku í sneiðum

1 lítri af kjúklingasoði

1 matskeið paprika

1 skinkubein

1 blaðlaukur

Ólífuolía

Salt og pipar

ÚTRÝNING

Fjarlœgðu endana og hliðarþrœðina af baununum og skerðu í litla bita. Skerið blaðlaukinn í sneiðar.

Setjið blaðlaukinn og baunirnar rólega í 25 mín. Bœtið við hreinum, skrœldum og fjórðungum kartöflum. Bœtið paprikunni út í, steikið í 5 s og setjið soðið yfir. Bœtið skinkubeininu út í og eldið í 30 mín.

Fjarlœgðu beinið, malið, sigtið og kryddið með salti og pipar (það œtti að vera örlítið blátt).

Settu serranoskinkuna í örbylgjuofn á eldhúspappír í 2 mín. Látið þorna úr örbylgjuofni og farðu í gegnum mortélinn þar til þú fœrð salta áferð. Settu rjómann á borðið með skinkusaltinu ofan á.

BRAGÐ

Það er fullkomið fyrir bæði sumar og vetur því það er hægt að taka það heitt og kalt.

MELÓNURJÓM MEÐ SKINKU OG KARTÖFLU

Hráefni
500 g af kjúklingasoði
125 g rjómi
1 hrein jógúrt (má sleppa)
1 stór laukur
1 melóna
harðskinka
Ólífuolía
Salt og pipar

ÚTRÝNING
Steikið laukinn skorinn í julienne strimla án þess að láta hann litast. Hellið soðinu út í og bætið niðurskornu, fræhreinsuðu og skrældu melónunni út í. Eldið 25 mín.

Blandið saman við jógúrtina og rjómann. Sigtið og látið kólna. Setjið salt og pipar. Skreytið að ofan með skinkuhakki.

BRAGÐ
Það er líka hægt að gera það með vatnsmelónu og með mismunandi tegundum af melónu til að fá annað bragð.

KARTÖLUSÚPA MEÐ CHORIZO

Hráefni

2 stórar kartöflur

1 tsk paprika

1 teskeið af choricero piparkvoða (eða ñora)

2 hvítlauksrif

1 astúrískur chorizo

1 græn paprika

1 lárviðarlauf

1 laukur

Ólífuolía

Salt

ÚTRÝNING

Steikið saxaðan hvítlauk í smá olíu í 2 mín. Bætið við lauknum og piparnum skornum í þunnar strimla. Látið malla í 20 mínútur við meðalhita og bætið svo kvoða af chorizo pipar út í.

Bætið söxuðum kóríazó út í og steikið í 5 mín. Bætið skrældar og cachelada kartöflunum út í og eldið í 10 mínútur, hrærið stöðugt í. Til Salts.

Bætið paprikunni út í og hyljið með vatni. Eldið rólega saman við lárviðarlaufið þar til kartöflurnar eru tilbúnar. Fjarlægðu lárviðarlaufið, myljið og sigtið.

BRAGÐ

Það er fullkomið krem til að nýta afganga af nokkrum Riojan kartöflum.

RÁÐSTEFNUPERUR OG KARTÖFLUKREM

Hráefni

225 g af blaðlauk

125 g kartöflur

1 l af grœnmetissoði

2 smjörskeiðar

2 perur án húðar

12 saffranþrœðir

salt og svartur pipar

ÚTRÝNING

Steikið hreinsaðan og niðurskorinn blaðlauk og sneiðar kartöflur hœgt í smjörinu.

Þegar grœnmetið er tilbúið skaltu bœta við perunum, soðinu og ristuðu saffraninu. Eldið í 20 mínútur, blandið saman og sigtið. Það má bera fram heitt eða kalt.

BRAGÐ

Með þessu rjóma má setja nokkra teninga af hvaða osti sem er.

LÚKKJÓM

Hráefni

500 **g hvítur blaðlaukur**

500 **g af kartöflum**

150 **g rjómi**

100 **g smjör**

1 ½ **kjúklingasoð**

salt og hvítur pipar

ÚTRÝNING

Hreinsið og skerið blaðlaukinn í julienne strimla. Eldið rólega þakið smjöri. Bœtið kartöflunum, skrœldar og skornar í bita út í og hellið soðinu út í. Eldið þar til það er mjúkt.

Blandið saman og eldið aftur í 5 mín við vœgan hita ásamt rjómanum. Lagaðu salt og pipar.

BRAGÐ

Vichyssoise er kalt blaðlaukskrem. Það getur fylgt nokkrum silungshrognum.

SVEPPASÚPA OG PARMESAN FÖLUR

Hráefni
1 **kg af sveppum**
½ **l af kjúklingasoði**
¼ **litri af rjóma**
1 **laukur**
1 **blaðlaukur** (hvíti hlutinn)
4 **hvítlauksrif**
Hakkað steinselja
parmesan flögur
Ólífuolía
Salt og pipar

ÚTRÝNING

Steikið rólega laukinn, blaðlaukinn og hvítlaukinn skorinn í litla bita. Hækkið hitann, bætið hreinsuðum sveppum skornum í julienne strimla út í og steikið áfram.

Hellið soðinu út í og kryddið með salti og pipar. Blandið saman, sigtið og eldið með rjómanum í 5 mín í viðbót.

Berið fram með saxaðri steinselju og parmesan flögum.

BRAGÐ

Þurrkaðu nokkrar sneiðar af Serrano skinku í örbylgjuofni, breyttu þeim í duft og bættu ofan á.

TÓMATSÚPA

Hráefni

1 kg af þroskuðum tómötum
½ l af kjúklingasoði
125 ml af fljótandi rjóma
125ml hvítvín
2 hvítlauksrif
2 vorlaukar
Sykur
Ólífuolía
Salt

ÚTRÝNING

Steikið graslaukinn og hvítlaukinn smátt saxað rólega þar til hann er mjúkur.

Bætið söxuðum tómötum líka í litla bita og steikið í 10 mín. Bætið víninu út í og látið það minnka næstum alveg.

Baðið með seyði og eldið í 25 mínútur við meðalhita. Malið, síað og lagfært salt og sykur. Skreytið með fljótandi rjómanum.

BRAGÐ

Fylgdu með sneiðum ristuðum möndlum og nokkrum laufblöðum af ferskri basilíku.

KALDT MELÓNURJÓM

Hráefni
½ **afhýdd og frœlaus melóna**
250 **ml af kjúklingasoði**
200 **ml af rjóma**
1 **blaðlaukur**
1 **náttúruleg jógúrt**
Serrano skinka
Ólífuolía
Salt og pipar

ÚTRÝNING

Hreinsið og saxið blaðlaukinn. Steikið rólega undir lok í 15 mín.

Bœtið melónunni, seyði og rjóma út í. Eldið í 5 mín og látið kólna. Bœtið jógúrtinni út í, blandið saman, kryddið og sigtið.

Bœttu þessu kremi með bitum af serranoskinku.

BRAGÐ

Til að gefa þessu krem ferskleika skaltu bæta við nokkrum myntulaufum á meðan þú malar.

RÓFUKREM

Hráefni

300 g af soðnum rauðrófum

75 g smjör

½ l af kjúklingasoði

2 blaðlaukur

1 fennel pera

1 stöng af sellerí

1 laukur

1 gulrót

Tímían

Rjómi

Salt

ÚTRÝNING

Hreinsið, afhýðið og saxið laukinn, blaðlaukinn, selleríið, fennikuna og gulrótina smátt. Steikið í smjöri í 2 mín við vægan hita.

Vætið með soðinu, bætið timjaninu út í og eldið í 15 mínútur í viðbót. Bætið rauðrófum út í og eldið í 5 mín í viðbót. Myljið, sigtið og kryddið með salti.

BRAGÐ

Þetta krem má borða heitt og kalt.

PARMENTIER krem

Hráefni

375 **g af blaðlauk**

750 **g kartöflur**

75 **g smjör**

750 **ml af kjúklingasoði**

250 **ml af mjólk**

salt og hvítur pipar

ÚTRÝNING

Skerið blaðlaukinn í þunnar sneiðar og eldið þakið og hægt í smjörinu í 20 **mín.**

Bætið kartöflunum skornum í bita út í og hellið soðinu út í. Eldið í um 30 **mínútur eða þar til kartöflurnar eru orðnar mjúkar.**

Blandið saman og hitið aftur hægt í 5 **mínútur í viðbót ásamt mjólkinni. Sigtið og leiðréttið salt og pipar.**

BRAGÐ

Notaðu fjólubláar kartöflur fyrir þetta krem. Það er dásamlegur og girnilegur litur.

CLAMS krem

Hráefni

500 g af samlokum

100 g beikon

10g hveiti

3dl af mjólk

1½ dl af rjóma

2 tómatar

2 meðalstórar kartöflur

1 stöng af sellerí

1 lítill vorlaukur

1½ dl af ólífuolíu

Salt og pipar

ÚTRÝNING

Hreinsaðu samlokurnar í köldu vatni með miklu salti í 2 klst.

Opnaðu samlokurnar í potti með smá vatni og salti. Þegar það hefur verið opnað skaltu geyma eldunarvatnið og kjötið af samlokunum.

Brúnið beikonið á pönnu þar til það er stökkt. Dragðu til baka og pantaðu. Steikið rólega í sömu olíu vorlaukinn skorinn í litla bita og selleríið, hreint og án strengja og skerið í meðalstóra bita.

Bætið hveitinu út í og eldið í 3 mín án þess að hætta að hreyfa sig. Bætið við mjólkinni, vatninu sem notað var til að elda samlokurnar og rjómanum. Hrœrið og bœtið við kartöflunum skornum í meðalstóra bita. Sjóðið rólega þar til kartöflurnar eru soðnar. Kryddið með salti og pipar og bœtið við nokkrum tómatteningum án roðs eða frœja og kjötinu af samlokunum.

BRAGÐ

Það er hægt að gera með niðursoðnum samlokum og nýta soðið úr dósinni.

SNIGLAR MEÐ SKINKU OG NÍSCALOS

Hráefni

500 **g af sniglum**

500 **g kantarellur**

200 **g af serranoskinku í teningum**

200 **ml af tómatsósu**

1 **glas af hvítvíni**

1 **matskeið af choricero piparkvoða**

1 **tsk söxuð fersk steinselja**

1 **lárviðarlauf**

2 **hvítlauksrif**

1 **vorlaukur**

1 **cayenne**

ÚTRÝNING

Hreinsaðu sniglana með köldu vatni og salti þar til þeir hætta að falla slím.

Setjið þær í kalt vatn með salti og teljið 8 **mín frá því þær byrja að sjóða.**

Saxið vorlaukinn og hvítlaukinn smátt. Steikið við vægan hita saman við skinkuna. Bætið kantarellunum skornum í bita út í og steikið við háan hita í 2 **mín.**

Þvoið með víninu og látið draga úr því. Bætið kvoða af chorizo pipar, tómötum og chilli saman við. Bætið loks sniglunum og lárviðarlaufinu út í og eldið í um það bil 10 mínútur. Endið með **saxaðri steinselju.**

BRAGÐ

Það er ekki nauðsynlegt að bæta við salti hvenær sem er, þar sem sniglarnir hafa sterkt bragð og skinkan er þegar sölt.

Óléttar bollur

Hráefni

500 g af sterku hveiti

75 g smjör

25 g pressað ger

2 pylsur

1 heilt egg

1 eggjarauða

1 tsk af sykri

Salt

ÚTRÝNING

Búðu til eldfjall með sigtuðu hveiti. Í miðjunni skaltu bæta mjúka smjörinu, egginu, sykrinum, gerinu, 1 glasi af heitu vatni og salti.

Hnoðið þar til einsleitur massi fæst. Látið gerjast í 40 mín nálægt hitagjafa.

Mótið meðalstórar kúlur og setjið bita af chorizo inní. Lokaðu vel, **málaðu með eggjarauðu og bakaðu við 210 ºC í 15 mín.**

BRAGÐ

Til að deigið gerist hraðar má geyma það í leirpotti með vatni og baka það við 50 ºC í 30 mín. Það verður að hylja það vel.

FOIE nammi með karamelliseruðum LAUK

Hráefni

4 blöð af múrsteinsdeigi

8 litlir teningur af foie

2 matskeiðar af smjöri

Karamellulagaður laukur (sjá grænmetishluta)

Salt og pipar

ÚTRÝNING

Skerið múrsteinsblöðin í 16 ferhyrninga. Málaðu hvern og einn með bræddu smjöri og settu þau saman með því að setja restina af lögunum ofan á þau.

Settu kryddaða foie á þær og lokaðu í formi karamellu. Penslið aftur með eggi og bakið við 200 ºC þar til það er létt gullið að utan. Fylgdu með karamelluðum lauk.

BRAGÐ

Í stað þess að baka þær má steikja þær en farið varlega því múrsteinsmaukið má ekki brúnast of mikið.

ANCJÓVÍ KÓKA MEÐ ÓLÍF OG DILLPATÉ

Hráefni

250 g hveiti

25g valhnetur

15 g ferskt ger

125 ml af volgu vatni

12 niðursoðnar ansjósur

1 lítil dós af rifnum ólífum

1 tsk dill

1 hvítlauksgeiri

125ml ólífuolía

ÚTRÝNING

Sigtið hveitið í skál. Leysið gerið sérstaklega upp í volgu vatni.

Búið til eldfjall með hveitinu og hellið olíunni og vatni ásamt uppleystu gerinu út í. Hnoðið þar til það festist ekki við hendurnar (ef þarf, bætið við meira hveiti). Látið standa undir loki í 30 mín.

Á meðan, myljið ólífurnar með hvítlauksrifinu, valhnetunum og dilliinu. Bætið við smá ólífuolíu og geymið.

Teygðu deigið með kökukefli og myndaðu venjulega ferhyrninga ½ cm þykka. Setjið bökunarpappír á ofnplötu og bakið við 175°C í 10 mín.

Takið kókið úr ofninum, smyrjið því með ólífupatéinu og setjið ansjósurnar ofan á.

BRAGÐ

Hægt er að skipta um ansjósu fyrir reyktan þorsk. Gleði.

CHORICITOS Í CIDER MEÐ HUNANGI OG RÓSMARÍN

Hráefni

750ml **eplasafi**

150 g **hunang**

16 **pylsur**

1 **grein af rósmarín**

ÚTRÝNING

Eldið chorizos, eplasafi, hunang og rósmarín við vægan hita í 30 mínútur eða þar til eplasafi hefur minnkað um helming.

BRAGÐ

Til að fá enn meira bragð, láttu chorizos hvíla í eplasafi í 24 klukkustundir.

PYLSU OG BEIKONSAMMI

Hráefni

10 **reyktar pylsur**

10 **sneiðar af beikoni**

10 **sneiðar af brauðsneiðum**

1 **egg**

ÚTRÝNING

Fjarlægðu brúnirnar af brauðsneiðunum. Teygðu þær með kökukefli þar til þær eru mjög þunnar og skerið þær í tvennt.

Fjarlægðu brúnirnar á pylsunum (þú mátt skilja þær eftir, það er fyrir fagurfræði) og skera þær í tvennt. Skerið líka beikonsneiðarnar.

Málaðu sneiðina með eggi yfir allt yfirborðið og setjið beikonsneið til að passa að hún standi ekki upp úr. Setjið pylsuna á annan endann á brauðinu og vefjið þar til hún nær hinum endanum. Þrýstið vel þannig að það festist og bakið við 175°C þar til brauðið er stökkt.

BRAGÐ

Hægt er að búa til smákonfekt með litlum kokteilpylsum. Mikilvægt er að borða þær strax svo þær verði ekki kaldar.

GRILLIR SVEPPIR MEÐ RÆKJUM OG CAYENNE OLÍU OG BASILÍKU

Hráefni

250 g sveppir

250 g af skrœldar rœkjur

12 fersk basilíkublöð

3 hvítlauksrif

1 cayenne

Ólífuolía

Salt

ÚTRÝNING

Takið stilkinn af sveppunum, afhýðið og hreinsið og saxið hvítlaukinn smátt.

Brúnið sveppina á heitri pönnu ásamt hvítlauknum (fyrst á hvolfi) í 2 mínútur á hvorri hlið. Draga til baka. Brúnið rœkjurnar létt í sömu olíunni.

Burtséð, myljið basil og cayenne með smá olíu.

Settu rœkjurnar ofan á sveppina og kryddaðu með salti. Kryddið með basil olíunni.

BRAGÐ

Einnig má baka þœr í 5 mínútur við 210 ºC og enda með sneið af Manchego osti.

PYLSU OG PERUKROKETTUR

Hráefni

200 **g af svörtum búðingi**

120 **g smjör**

120 **g hveiti**

1 **lítra af mjólk**

2 **ráðstefnuperur**

Hveiti, egg og brauðrasp (til að hjúpa)

Múskat

Ólífuolía

Salt og pipar

ÚTRÝNING

Flysjið, skerið í litla bita og kjarnhreinsið perurnar. Áskilið.

Brúnið búðinginn í smá olíu þar til hann molnar. Bætið perunum út í og steikið í 2 mín.

Bræðið smjörið á sömu pönnu, bætið hveitinu út í og sjóðið við vægan hita í 10 **mín. Bætið mjólkinni út í í einu og hrærið stöðugt í og** eldið í 45 mínútur í viðbót. Kryddið með salti, pipar og múskat.

Setjið deigið á bakka og látið kólna alveg. Skiptið í þá hluta sem óskað er eftir og mótið þá. Dýfið þeim í hveiti, egg og brauðmylsnu og steikið í miklu olíu.

BRAGÐ

Þegar króketturnar eru brauðaðar má frysta þær. Það eina sem þarf að gera áður en þær eru steiktar er að renna þeim aftur í gegnum brauðrasp.

ÞORSKKROKETTUR

Hráefni

200 **g afsaltuðum þorski**

120 **g smjör**

120 **g hveiti**

1 **lítra af mjólk**

Hveiti, egg og brauðrasp (til að hjúpa)

Múskat

Ólífuolía

Salt og pipar

ÚTRÝNING

Eldið þorskinn í mjólkinni í 5 **mín við vægan hita. Sigtið, geymið mjólkina og rífið þorskinn í litla bita.**

Bræðið smjörið á pönnu, bætið hveitinu út í og sjóðið við vægan hita í 10 mín.

Bætið mjólkinni út í í einu og hrærið stöðugt í, eldið við vægan hita í 40 **mínútur í viðbót. Bætið þorskinum út í og** eldið í 5 mín í viðbót. **Saltið og piprið og bætið við smá múskati.**

Setjið deigið á bakka og látið kólna alveg. Skiptið í þá hluta sem óskað er eftir og mótið þá. Dýfið þeim í hveiti, egg og brauðmylsnu og steikið í ríkulegri olíu.

BRAGÐ

Farið varlega með saltið því það er mikið í þorskinum.

SNIGLAR Í SÓSU

Hráefni

1 **kg af sniglum**

50 **g af serranoskinku skorið í litla bita**

2 **stórir tómatar**

2 **lítil hvítlauksrif**

1 **lárviðarlauf**

1 **stór laukur**

1 **cayenne**

Sykur

Ólífuolía

Salt

ÚTRÝNING

Hreinsaðu sniglana með vatni og salti í 5 mín. Tæmdu og endurtaktu aðgerðina 3 sinnum.

Eldið sniglana í köldu vatni og tæmdu við fyrstu suðu. Endurtaktu aðgerðina 3 sinnum.

Eldið sniglana í 20 mín með lárviðarlaufi.

Skerið laukinn, cayenne piparinn og hvítlaukinn í litla bita. Steikið allt í potti við vægan hita ásamt hangikjötinu. Bætið **rifnum tómötum út í og** eldið við meðalhita þar til tómaturinn missir allt vatnið. Leiðréttið salt og sykur ef þarf.

Bætið sniglunum út í og eldið í 5 mín við vægan hita.

BRAGÐ

Það er mjög mikilvægt að þrífa sniglana. Annars munu slæmir bragðir birtast.

TÚNFISKBÖTUR

Hráefni

200 **g hveiti**

100 **g af túnfiski í olíu**

½ **dl af hvítvíni**

3 **matskeiðar af tómatsósu**

1 **lítil grœn paprika**

1 **lítill vorlaukur**

1 **soðið egg**

½ **dl af ólífuolíu**

Salt

ÚTRÝNING

Búðu til eldfjall með sigtuðu hveitinu og helltu víni, olíu og salti út í. Hnoðið þar til það er einsleitur massi og geymið 20 mín í kœli.

Á meðan er vorlaukurinn og piparinn skorinn í litla bita. Steikið þœr við vœgan hita í 10 mínútur og bœtið tómatsósunni, brotnu egginu í bita og molna túnfisknum út í. Eldið í 2 mínútur í viðbót og geymið þar til deigið kólnar.

Flettu því svo þunnt út á hveitistráðu yfirborði svo það festist ekki og gefðu því hringlaga form. Fylltu hvern patty með matskeið af túnfiskinum. Vœtið brúnirnar, lokaðu og þrýstu með gaffli þar til þœr eru vel lokaðar.

Steikið í mikilli olíu og látið renna af á gleypið pappír.

BRAGÐ

Til að draga úr hitaeiningum skaltu baka við 190°C þar til gullinbrúnt.

Hvítlauksrækjur

Hráefni
200 g af rækjum

120 g smjör

120 g hveiti

1 lítra af mjólk

2 hvítlauksrif

Hveiti, egg og brauðrasp (til að hjúpa)

Múskat

Ólífuolía

Salt og pipar

ÚTRÝNING
Steikið niðursneiddan hvítlauk ásamt smjörinu í potti við vægan hita í 5 mín.

Flysjið rækjurnar og saxið þær. Bætið þeim á pönnuna og steikið í 30 sekúndur. Bætið hveitinu út í og steikið áfram við vægan hita í 10 mínútur í viðbót.

Bætið mjólkinni út í í einu og hrærið stöðugt í og eldið í 45 mín í viðbót. Kryddið með salti, pipar og múskat.

Setjið deigið á bakka og látið kólna alveg. Skiptið í þá hluta sem óskað er eftir og mótið þá. Dýfið þeim í hveiti, egg og brauðmylsnu og steikið í miklu olíu.

BRAGÐ

Hægt er að skipta út mjólk fyrir gott seyði úr hausum og skrokkum rækjunnar.

MOZZARELLA-, KIRSUBJA- OG RUCULA OLÍUSTEINAR

Hráefni
16 mozzarella kúlur
16 kirsuberjatómatar
1 lítil handfylli af ferskri rucola
1 matskeið saxaðar valhnetur
Ólífuolía

ÚTRÝNING
Hitið vatn að suðu, bætið tómötunum út í og eldið þá í 30 sekúndur. Fjarlægðu og kældu í vatni og ís.

Flysjið kirsuberin og setjið teinarnir saman með þeim og ostinum.

Blandið rúllubollunni og valhnetunum saman í smá olíu og berið þessa sósu fram á teini.

BRAGÐ
Þegar tómatarnir eru blancaðir afhýðast þeir mjög auðveldlega og áferðin verður mjög góð og mjúk.

GILDAS

Hráefni

16 **steinhreinsaðar svartar ólífur**

16 **chili**

16 **ansjósur**

8 **piquillo paprikur**

ÚTRÝNING

Undirbúið sextán teini með ólífum, chilli, ansjósum og piquillo papriku.

BRAGÐ

Þetta er mjög dæmigerður forréttur í Baskalandi. Bestu chilliárnir eru frá bæjunum Guipúzcoa og bestu ansjósurnar, þær frá Santoña.

HEIMAMAÐUR EMPANADADEIG

Hráefni

1 glas af víni
1 glas af mjólk
2 eggjarauður
Hveiti
1 glas af ólífu- eða sólblómaolíu
Salt

ÚTRÝNING

Þeytið allan vökvann og saltið með nokkrum stöngum. Bætið hveiti smám saman við þar til deigið festist ekki lengur við hendurnar. Skiptið deiginu í tvo helminga og fletjið báða út með kökukefli þar til þeir eru mjög þunnir.

Klæðið bakka með bökunarpappír og leggið eitt af deiglögum á hana. Stungið í yfirborðið með gaffli og fyllið með því sem þið viljið (sem verður að vera kalt).

Setjið hitt lagið af deiginu ofan á, stingið líka með gaffli og skerið í miðjuna þannig að gufan komi út. Lokaðu brúnunum og málaðu með þeyttu eggjarauðunum.

Hitið ofninn í 190°C og bakið í 25 mínútur eða þar til yfirborðið er gullbrúnt.

BRAGÐ

Hægt er að nota hvers kyns vín: hvítt, rautt, sætt osfrv. Einnig má setja krydd eins og góða papriku í deigið.

KJÚKLINGAKROKETTUR OG SOÐIÐ EGG

Hráefni

120 **g smjör**

120 **g hveiti**

1 **lítra af mjólk**

1 **kjúklingabringa**

2 **harðsoðin egg**

Hveiti, egg og brauðrasp (til að hjúpa)

Múskat

Ólífuolía

Salt og pipar

ÚTRÝNING

Eldið bringuna í 12 **mín, kælið og skerið í litla bita.**

Bræðið smjörið á pönnu, bætið hveitinu út í og sjóðið við vægan hita í 10 **mín. Bætið mjólkinni í einu út í og** hrærið stöðugt í, eldið í 40 **mín í viðbót. Bætið söxuðu soðnu eggjunum og kjúklingnum út í. Haltu áfram að elda í** 5 **mín.**

Kryddið með salti, pipar og múskat.

Setjið deigið á bakka og látið kólna alveg. Skiptið í þá hluta sem óskað er eftir og mótið þá. Dýfið þeim í hveiti, egg og brauðmylsnu og steikið í ríkulegri olíu.

BRAGÐ

Þú getur skipt út hluta af mjólkinni fyrir seyði sem verður til við að elda kjúklinginn.

KROKETTIR BLÁÐOSTA OG VALHNETU

Hráefni

120 **g smjör**

120 **g hveiti**

100 **g gráðostur**

1 **lítra af mjólk**

1 **handfylli af fjórðu valhnetum**

Hveiti, egg og brauðrasp (til að hjúpa)

Múskat

Ólífuolía

Salt og pipar

ÚTRÝNING

Bræðið smjörið á pönnu, bætið hveitinu út í og sjóðið við vægan hita í 10 mín. **Bætið mjólkinni og ostinum saman við í einu og hrærið stöðugt í, eldið við vægan hita í** 45 **mínútur í viðbót. Kryddið með salti, pipar og múskat.**

Setjið deigið á bakka og látið kólna alveg. Skiptið í þá hluta sem óskað er eftir og mótið þá. Settu fjórðung úr valhnetu í hverja krókett. Dýfið þeim í hveiti, egg og brauðmylsnu og steikið í ríkulegri olíu.

BRAGÐ

Smakkið deigið af krókettunum áður en salti er bætt út í, þar sem osturinn gefur mikla seltu.

SERRANO SKINKUKROKETTUR

Hráefni

130 **g smjör**

120 **g af serranoskinku**

120 **g hveiti**

1 **lítra af mjólk**

Hveiti, egg og brauðrasp (til að hjúpa)

Múskat

Ólífuolía

Salt og pipar

ÚTRÝNING

Saxið serrano skinkuna smátt og steikið saman við smjörið í 5 **mín við vægan hita. Bætið hveitinu út í og** eldið í 10 mínútur í viðbót án þess að hætta að hræra.

Bætið mjólkinni út í og eldið í 45 mín í viðbót. Haltu áfram að hræra. **Kryddið með salti, pipar og múskat. Þegar einsleitur massi hefur náðst, látið kólna.**

Skiptið deiginu í þá hluta sem óskað er eftir og búið til krókettur. Hveiti, farðu í gegnum eggið og brauðmylsnuna og steiktu í miklu olíu.

BRAGÐ

Æskilegt er að móta króketturnar daginn eftir að deigið er búið til. Þetta kemur í veg fyrir að þær brotni við steikingu.

ÞORSKKEYTUR MEÐ RÆKJUM

Hráefni

200 **g hveiti**

150 **g afsaltuðum þorski**

75 **g af skrœldar rœkjur**

½ **dl púrtvín**

3 **matskeiðar af tómatsósu**

1 **matskeið rúsínur**

1 **tsk af heitri papriku**

1 **lítil grœn paprika**

1 **lítill vorlaukur**

Ólífuolía

Salt

ÚTRÝNING

Búið til eldfjall með sigtuðu hveitinu og bœtið púrtúrnum, ½ dl af olíu, papriku og salti út í. Hnoðið þar til það er einsleitur massi og geymið 20 **mín í kœli.**

Á meðan er vorlaukurinn og piparinn skorinn í litla bita. Steikið við vœgan hita í 10 **mín. Hœkkið hitann og bœtið svo muldum þorskinum og rœkjunum saman við. Eldið í** 1 **mínútu í viðbót og bœtið nú tómatsósunni, rúsínunum út í og** steikið í aðrar 2 mínútur. **Geymið þar til kólnar.**

Fletjið deigið út á hveitistráðu yfirborði þar til það er mjög þunnt og gerið það hringlaga form. Setjið 1 **matskeið af þorskfyllingunni. Vœtið brúnirnar, lokaðu og þrýstu með gaffli þar til þœr eru vel lokaðar.**

Steikið í mikilli olíu og látið renna af á gleypið pappír.

BRAGÐ

Fylla þarf í deigið þegar það er kalt. Annars verður það of blautt og verður ekki stökkt eða gullbrúnt.

SVÖRT ólífu- og ítölskum þurrkuðum tómötum FOCACCIA

Hráefni

250 **g af sterku hvítu hveiti**

200 **g af þurrkuðum tómötum**

25 **g ferskt ger**

125 **ml af volgu vatni**

15 **svartar ólífur**

1 **tsk af sykri**

1 **tsk hveiti**

Tímían

Ólífuolía

Salt

ÚTRÝNING

Blandið gerinu saman við sykurinn í lítilli skál. Bætið við 1 **tsk af hveiti og skvettu af volgu vatni. Blandið vel saman og látið gerjast í um** 10 **mín.**

Blandið saman í annarri skál hveiti, 1 **tsk af salti og** 2 **msk af olíu. Bætið gerjaða gerinu út í og** bætið smátt og smátt restinni af vatninu út í þar til þú færð deig sem losnar af höndum þínum. Hyljið með klút og látið tvöfaldast í rúmmáli í um 1 klukkustund.

Teygðu deigið með kökukefli og settu það á bökunarplötu. Merktu allt yfirborðið með fingrunum og dreifðu tómötunum, ólífunum og timjaninu yfir. Dreypið ólífuolíu yfir og látið gerjast aftur í 30 **mínútur í viðbót þar til rúmmálið hefur tvöfaldast.**

Hitið ofninn í 200 °C og bakið focaccia í 20 mín. Þegar það er komið út úr ofninum, dreypið ögn af jómfrúarolíu yfir og berið fram heitt.

BRAGÐ

Það má bæta næstum hvaða hráefni sem er í focaccia því hún er ljúffeng með öllu. Það sem skiptir máli er að gerjunin fari fram á heitum stað.

MEXICAN GUACAMOLE

Hráefni

2 þroskuð avókadó

1 tómatur

1 vorlaukur

1 msk sítrónu- eða lime safi

½ tsk malað kúmen

Tabasco

3 matskeiðar ólífuolía

ÚTRÝNING

Saxið avókadó, vorlauk og tómata smátt. Setjið allt í skál og bætið við kúmeninu, sítrónusafanum, olíunni og nokkrum dropum af Tabasco.

Myljið með gaffli þar til þú færð einsleitan rjóma en með bitum.

BRAGÐ

Til að koma í veg fyrir að guacamoleið oxist skaltu geyma það þakið í ísskápnum með avókadódropunum innan í.

OMELETTA ADELU

Hráefni

800 g af kartöflum til að steikja

7 stór egg

3 pylsur

jómfrúarolía

Salt

ÚTRÝNING

Skrœlið kartöflurnar og skerið þœr í fernt eftir endilöngu og þœr aftur í þunnar sneiðar.

Hitið olíuna yfir meðalhita og bœtið kartöflunum út í. Steikið þar til það er nœstum mjúkt. Bœtið chorizo í litlum bitum út í og steikið áfram þar til kartöflurnar eru létt gylltar.

Þeytið eggin og kryddið með salti. Tœmið kartöflurnar og chorizos vel og bœtið þeim út í eggin. Lagfœra salt.

Hitið pönnu mjög vel og setjið 3 matskeiðar af olíunni frá kartöflusteikingu. Hellið blöndunni af eggjum og kartöflum á pönnuna, hrœrið í 15 sekúndur við háan hita og snúið því við með diski.

Hitið aftur pönnuna og setjið 2 matskeiðar af olíu til að steikja kartöflurnar. Bœtið tortillu og brúnið við háan hita í 15 sekúndur í viðbót.

BRAGÐ

Til að koma í veg fyrir að tortillan festist við pönnuna þarf að hita hana mjög vel áður en olíunni og tortillunni er bœtt út í.

MORTERUELO AF LA MANCHA

Hráefni

1 rjúpu

½ héri

¼ hœna

300 g beikon

250 g af serranoskinku

250 g svínalifur

100 g brauðrasp

1 tsk paprika

1 mulinn negulloddur

1 kanilstöng

Ólífuolía

Salt og pipar

ÚTRÝNING

Eldið allt kjötið með salti í lokuðum potti í 3 klst. Sigtið og geymið matreiðslusoðið.

Myljið kjötið og fjarlægið bein og skinn. Saxið smátt og steikið í olíustraumi í 5 sekúndur.

Bœtið við 1 glasi af soðinu, brauðmylsnunni, kryddinu, salti, pipar og kjötinu. Eldið við lágan hita í 20 mín án þess að hœtta að hrœra (Bœtið meira soði við ef það hefur verið neytt). Kryddið með salti og pipar og berið fram heitt.

BRAGÐ

Kjötið verður að elda úr köldu vatni og fjarlægja öll óhreinindi sem koma upp í fyrstu suðu.

AIOLI Kartöflur

Hráefni

500 g af kartöflum

6 hvítlauksrif

Edik

½ l ljós ólífuolía

Salt

ÚTRÝNING

Myljið hvítlaukinn með salti í mortéli þar til þú færð mauk. Bætið olíunni smám saman út í á meðan hrært er með stöplinum þar til þú ert komin með þykka sósu. Leiðréttið með skvettu af ediki.

Skrælið og skerið kartöflurnar í venjulega meðalstóra bita og eldið þær í köldu söltu vatni þar til þær eru mjúkar. Fjarlægðu þau og láttu þau kólna. Saltið kartöflurnar og blandið saman við aioli.

BRAGÐ

Ef eggjarauðu er bætt út í við hvítlauksstaukið verður auðveldara að búa til sósuna. Og ef þú bætir við nokkrum finsöxuðum basilikulaufum verður bragðið ótrúlegt.

Kjúklingalifur

Hráefni

1 **kg af kjúklingalifur**

500 **g af laukum**

200 **g reykt beikon**

60 **g smjör**

1 **glas af brandy**

1 **glas af rauðvíni**

6 **egg**

1 **lárviðarlauf**

1 **timjankvistur**

Hveiti

Ólífuolía

Salt og pipar

ÚTRÝNING

Hreinsaðu lifur fullkomlega í vatni. Steikið laukinn og beikonið við meðalhita í 10 mín.

Hækkið hitann og bætið lifur, kryddjurtum, víni og brennivíni út í. Eldið þar til alkóhólin eru næstum alveg minnkað. Fjarlægðu lárviðarlaufið og blandaðu saman við brædda smjörið og eggin.

Smyrjið og hveiti mót. Bætið deiginu út í og bakið í bain-marie við 175 °C í 40 mín eða þar til það kemur hreint út þegar stungið er í það með nál.

BRAGÐ
Juliana þýðir að skera í þunnar ræmur.

BÆKUR PALMERITAS MEÐ PESTÓ

Hráefni

50 g **fersk basilika**

25 g **af furuhnetum**

25 g **parmesan**

1 **lak af laufabrauði**

Ólífuolía

Salt

ÚTRÝNING

Þeytið basil, furuhnetur, parmesan og salt með smá olíu þar til blandan er orðin þykk.

Fletjið smjördeigsplötunni út og fyllið með pestóinu. Lokaðu frá hliðum með því að rúlla því samtímis þar til rúllurnar mætast í miðjunni. Geymið í kæli.

Forhitið ofninn í 200ºC. Skerið niður palmeritas og bakið þar til þær eru gullnar.

BRAGÐ

Þær má fylla með svörtum búðingi eða York skinku og osti. Það er fullkominn forréttur.

SERRANO SKINKUBRAUÐ MEÐ RÚSÍNUM

Hráefni

500 **g af sterku hveiti**

150 **g af serranoskinku**

100 **g smjör**

50 **g af rúsínum**

20 **g af pressuðu ger**

120 **ml af mjólk**

1 **skeið af sykri**

1 **egg**

ÚTRÝNING

Bætið sykrinum og gerinu út í volgu mjólkina. Látið gerjast í 15 **mín.**

Búið til eldfjall með hveitinu og bætið bræddu smjöri, egginu og fyrri blöndunni út í. Hnoðið þar til deigið er einsleitt og látið standa í 1 **klst.**

Fletjið deigið út með kökukefli og setjið skinku og rúsínur ofan á. Rúllið upp eins og um svissneska rúlla sé að ræða og bakið við 180°C **í** 20 **eða** 25 **mín.**

BRAGÐ

Það má líka fylla með laxi, beikoni og osti, túnfiski o.fl.

KRYDDAR KARTÖFLUR

Hráefni

1 kg af kartöflum

750 g af steiktum tómötum

3 matskeiðar af ediki

1 lítið glas af hvítvíni

10 chili (eftir smekk)

10 hráar möndlur

5 brauðsneiðar

3 hvítlauksrif

1 laukur

Sykur

Ólífuolía

Salt

ÚTRÝNING

Brúnið allan hvítlaukinn á pönnu. Dragðu til baka og pantaðu. Í sömu olíu, steikið möndlurnar og fjarlægið. Brúnið síðan brauðið og geymið.

Steikið laukinn í sömu olíu ásamt chili. Þegar það er mjúkt skaltu baða með ediki og hvítvíni. Látið draga úr því í 3 mín við háan hita og bæta við tómötum, hvítlauk, möndlum og brauði. Steikið í 5 mín, blandið saman og kryddið með salti og sykri ef þarf.

Afhýðið og skerið kartöflurnar í venjulega meðalstóra bita. Eldið í köldu söltu vatni þar til það er mjúkt en aðeins heilt. Sigtið og látið kólna.

Steikið kartöflurnar í mjög heitri olíu þar til þær eru gullnar. Fjarlægðu umfram olíu á gleypið pappír og dreypið brava sósu yfir.

BRAGÐ

Þú getur sleppt þegar steiktum kartöflum með smá brava sósu. Þannig verða þeir vel gegndreyptir.

SMIÐRÖÐ AF ÁL, RÆKJU OG MOZZARELLU

Hráefni

8 **brauðsneiðar**

125 **g barnaál**

60 **g af skrœldar rœkjur**

8 **sneiðar af mozzarellaosti**

4 **basilíkublöð**

1 **stór tómatur**

1 **hvítlauksgeiri**

1 **cayenne**

Ólífuolía

ÚTRÝNING

ristað brauðið Brúnið hvítlaukinn og cayenne piparinn létt, skorinn í litla bita, bœtið álnum út í og steikið í 2 mín. Setjið klípa af salti.

Afhýðið, frœhreinsið og skerið tómatana í litla bita. Saxið basilíkuna smátt.

Setjið mozzarella á brauðið, síðan álna og bakið við 190°C þar til osturinn er bráðinn. Takið út og setjið tómata og saxaða basilíku ofan á.

Ljúktu við með ögn af olíu.

BRAGÐ

Þú getur breytt álnum fyrir nokkrar niðursoðnar sardínur.

KARAMELBÆRÐUR PIQUILLO PIPPER

Hráefni
1 dós af piquillo papriku
125 g af Modena ediki
65 g sykur

ÚTRÝNING
Eldið edik, sykur og papriku við vœgan hita í 35 mín. Látið kólna þar til það er örlítið þykkt í áferð. Ef þetta lítur ekki svona út, eldið þá 5 mín í viðbót. Ef það er of þykkt skaltu bœta við aðeins meira ediki og elda í 3 mínútur í viðbót.

BRAGÐ
Það er fullkomið meðlœti með geitaosti.

QUICHE LORRAINE

Hráefni

250 **g hveiti**

225 **g gruyère eða parmesanostur**

225 **g reykt beikon**

125 **g smjör**

¼ **lítri af rjóma**

4 **egg**

Salt og pipar

ÚTRÝNING

Mótið eldfjall með hveitinu og setjið mýkt smjör, 2 egg og salt í miðjuna. Blandið vel og varlega saman og hnoðið hráefninu hægt saman. Geymið í kæliskáp þakið gagnsærri filmu.

Fletjið deigið út með kökukefli þar til það er ½ cm þykkt. Hveiti og smyrjið mót. Klæðið þetta með deiginu, passið að það brotni ekki. Stingið botninn með gaffli.

Þeytið hin 2 eggin sérstaklega með rjómanum, salti og pipar. Bætið beikoninu skornu í þunnar strimla og rifnum osti út í. Hellið því yfir mótið.

Bakið kökuna við 170 °C í 40 mínútur eða þar til nál sem stungið er í miðjuna kemur alveg hreinn út.

BRAGÐ

Það er hægt að útbúa það í litlum mótum og gera þannig stórkostlega forrétti.

LAUKBLÓÐ

Hráefni
1 **kg af blóði**
1**dl af hvítvíni**
1 **matskeið söxuð steinselja**
1 **stór laukur**
4 **tómatar**
1 **cayenne**
Ólífuolía

ÚTRÝNING

Steikið cayenne piparinn og fínt slípaðan laukinn þar til hann er mjúkur. Bætið rifnum tómötum út í og eldið þar til tómatvatnið gufar upp.

Hellið blóðinu í teninga og baðið með víninu. Eldið í 15 **mínútur við vægan hita og kryddið með salti. Bætið saxaðri steinselju út í og** hrærið.

BRAGÐ

Þú getur bætt við negul og rósmarínkvisti við matreiðslu.

KRÆKLINGJABATA Í ESCABECHE

Hráefni

750 g af sterku hveiti

4 dósir af súrsuðum kræklingi

1 flaska af bjór

1 matskeið paprika

2 hvítlauksrif

1 lárviðarlauf

1 græn paprika

1 rauð paprika

1 egg

1 laukur

200 ml af ólífuolíu

Salt

ÚTRÝNING

Búið til eldfjall með hveitinu og bætið bjórnum, paprikunni, olíunni og salti í miðjuna. Hnoðið þar til það festist ekki við hendurnar (ef það er of þurrt, bætið þá við aðeins meiri bjór og hnoðið áfram. Ef hið gagnstæða gerist, bætið þá við aðeins meira hveiti). Látið standa undir loki í 30 mín.

Á meðan, saxið laukinn, paprikuna og hvítlaukinn smátt. Steikið við vægan hita í um 15 mín. Bætið lárviðarlaufinu út í og bætið tæmdum kræklingnum út í, hrærið og látið kólna. Lagfæra salt.

Skiptið deiginu í tvo helminga og fletjið út með kökukefli. Setjið smjörpappír á bakka. Dreifið fyllingunni á botninn og skilið eftir 2 cm á köntunum. Lokaðu með lokinu, lokaðu brúnunum og gerðu gat í miðjuna. Penslið með þeyttu eggi og bakið í 1 klst eða þar til yfirborðið er gullið.

BRAGÐ

Þú getur bætt við kellingum, samlokum, kolkrabba o.s.frv. Gatið í miðjunni er mikilvægt þar sem það hleypir gufunni sem myndast inni út og þar með er deigið stökkt.

ANSJÓSURISTASTAÐ MEÐ TÓMATSULTU

Hráefni

16 **ansjósur**

500 **g tómatar**

100 **g af sykri**

4 **brauðsneiðar**

4 **basilíkublöð**

1 **negull**

½ **sítróna**

duftformi engifer

Ólífuolía

ÚTRÝNING

Afhýðið og fræhreinsið tómatana. Skerið það í litla bita, blandið saman við sykurinn, sítrónubörkinn, negulnaglana og ögn af engifer.

Eldið við vægan hita í 15 mín þar til þykk sósa er eftir. Geymið þar til það er kalt.

Ristið brauðið í ofni, á grilli eða í brauðristinni. Smyrjið með tómatsultunni, setjið 2 ansjósur ofan á og skreytið með ferskri basil.

BRAGÐ

Það er líka hægt að gera það með túnfiskmaga, með íberískri skinku og jafnvel með makríl.

TÓMATSORBETI MEÐ ANDASKINKU OG BASILIKU

Hráefni

1 kg af þroskuðum tómötum
50 g andaskinka
50ml kjúklingasoð
4 basilíkublöð
½ hvítlauksrif
125ml ólífuolía
Salt og pipar

ÚTRÝNING

Þvoið tómatana og skerið þá í fernt. Blandið þeim saman við hvítlauk, kjúklingasoð, basilíkublöð og olíu. Kryddið með smá salti.

Farið í gegnum chinois og frystið í 3 klst. Takið út á 20 mín fresti og skafið allt með gaffli.

Berið fram í skotum eða kokteilglösum með andaskinkunni ofan á.

BRAGÐ

Þú getur líka bætt við skvettu af vodka.

TÍGRI

Hráefni

1 ½ kg af ferskum hreinum kræklingi með skelinni

300 g af vatni frá eldun kræklingsins

300 g af mjólk

250 g af skrœldar rækjur

1 glas af hvítvíni

3 hrúgaðar matskeiðar af hveiti

1 lítil askja af steiktum tómötum

3 hvítlauksrif

2 laukar

1 rauð paprika

½ saxaður cayenne pipar

Hveiti, egg og brauðrasp (til að hjúpa)

Múskat

Ólífuolía

Salt og pipar

ÚTRÝNING

Eldið kræklinginn þakinn í köldu vatni þar til hann opnast. Takið þær úr skelinni og saxið. Sigtið soðið og geymið eina af skeljunum.

Skerið í litla bita og steikið grænmetið við vægan hita án þess að láta það litast. Bœtið söxuðu rækjunum út í, steikið þær við háan hita í 3 mín og baðið ykkur með víninu. Látið það minnka og bœtið við 4 matskeiðum af tómötum og söxuðum cayennepipar.

Bætið síðan kræklingnum og hveitinu út í og steikið í 3 mínútur í viðbót.

Blandið kræklingasoðinu saman við mjólkina og bætið því við líka. Hrærið stöðugt í 5 mínútur þar til þú færð slétt bechamelsósa. Lagfærðu salt, pipar og múskat. Þegar deigið er kalt, fyllið þá skeljarnar sem eru fráteknar, farðu í gegnum hveiti, egg og brauðmylsnu og steiktu í miklu olíu.

BRAGÐ

Ef það er húðað með krumpuðu korni næst miklu stökku brauði.

MARINERT ANSJÓS OG RISTAÐ RAUÐ PIPARRISTAÐ

Hráefni

4 sneiðar af ciabatta brauði

500 g af ansjósum

250 g af sykri

1 lítil krukka af svörtum ólífum

1 rauð paprika

Ólífuolía

250 g af grófu salti

ÚTRÝNING

Hreinsaðu ansjósurnar, fjarlægðu bein, innyfli og höfuð. Aðskiljið hrygginn og athugið vel þannig að engir þyrnir séu eftir.

Blandið saman salti og sykri. Setjið helminginn af botninum á bakka, dreifið ansjósunum yfir þessa blöndu og setjið restina yfir. Látið kólna í ísskápnum í 1 klst.

Á meðan, bakaðu paprikuna við 160 °C í um það bil 1 klukkustund. Látið kólna, afhýðið og skerið í þunnar strimla.

Fjarlægðu ansjósurnar úr saltinu og hreinsaðu þær undir rennandi vatni.

Ristið brauðin og setjið saman piparröndina og ansjósuna ofan á. Myljið rifnar ólífur með smá olíu og sósu ofan á.

BRAGÐ

Þú getur búið til sömu uppskrift með sardínum.

SERRANO SKINKU TÍMBAL FULLT MEÐ VORLAUK, EPLA OG OSTI

Hráefni

4 sneiðar af serranoskinku

¼ súrt epli (sterkt grœnt, granny smith...)

4 matskeiðar af sykri

2 teskeiðar af engifer og kanil

1 tsk malaður negull

1 lítill pottur af ferskum osti af Philadelphia gerð

1 lítil rúlla af geitaosti

1 lítill vorlaukur

1 dós af muldum tómötum

ÚTRÝNING

Eldið niður mulið tómata, sykur, engifer og kanil og mulið negul. Smakkið til og leiðréttið sykur og krydd ef þarf. Geymið þessa sultu í 25 mín.

Á meðan skaltu klœða glas með gagnsœrri filmu og það síðan með Serrano skinkusneiðunum.

Skerið eplið og vorlaukinn í fína bita og blandið saman við geitaostinn og ferska ostinn. Fylltu serrano skinkuna með þessari blöndu. Lokaðu með gagnsœrri filmu, búðu til kúlu og geymdu kalt.

Þegar þú ert tilbúinn til að bera fram skaltu fjarlœgja pappírinn og grilla á öllum hliðum. Fylgdu með köldu sultu.

BRAGÐ

Þetta er forréttur eða forréttur sem mun koma öllum gestum á óvart. Það er ljúffengt heitt, ferskt af pönnu.

SVEPPE- OG OSTAPÖÐ

Hráefni

400 g sveppir

70 g geitaostur

40 g smjör

½ glas af þeyttum rjóma

1 tsk hveiti

1 tsk brandy

2 eggjarauður

1 laukur

Saxaður graslaukur eða steinselja

ÚTRÝNING

Saxið sveppina og laukinn smátt og steikið þar til vatnið er alveg uppurið.

Þeytið eggjarauður með rjóma, hveiti, brennivíni og graslauk með nokkrum stöfum. Bætið sveppunum og lauknum út í og haltu áfram að þeyta. Hitið og látið suðuna koma upp.

Síðan, þegar búið er að slökkva á hitanum, bætið við ostinum og eldið þar til hann bráðnar. Geymið í mótum og geymið í kæli í að minnsta kosti 2 klst.

BRAGÐ

Hægt er að bæta valhnetum eða pistasíuhnetum út í patéið. Þeir munu veita óviðjafnanlegt bragð og crunchiness.

GRÆNTÆMA KJÚKLINGARRISTASTAÐ MEÐ GRILLUM ANANAS

Hráefni

8 brauðsneiðar

40 g af mismunandi káli

40 g af Manchego osti í teningum

1 lítil kjúklingabringa

4 matskeiðar af bleikri sósu (sjá kaflann um seyði og sósur)

2 sneiðar af ananas í sírópi

2 súrsuðum gúrkur

1 soðið egg

Ólífuolía

ÚTRÝNING

Eldið bringurnar í 12 mín. Kælið og skerið í þunnar strimla.

Brúnið ananasinn á báðum hliðum með smá olíu. Geymið og saxið smátt.

Saxið eggið og agúrkurnar og blandið restinni af hráefnunum saman við bleiku sósuna.

Ristið brauðið og hyljið með fyllingunni.

BRAGÐ

Það er líka hægt að gera það með bitum af soðnu skinku og jafnvel með niðursoðnum túnfiski.

LANDSALAT

Hráefni

4 **stórar kartöflur**

150 **g af niðursoðnum túnfiski**

20 **ólífur**

4 **soðin egg**

4 **tómatar**

2 **gúrkur**

2 **grœnar paprikur**

1 **stór laukur**

Edik

Ólífuolía

Salt

ÚTRÝNING

Flysjið og skerið kartöflurnar í meðalstóra bita. Eldið þœr í köldu vatni með salti við meðalhita þar til þœr eru tilbúnar. Síið og endurnœrið.

Þvoið og skerið grœnmetið í venjulega bita. Búðu til vinaigrette með 3 hlutum olíu á móti 1 hluta ediki og kryddaðu með smá salti.

Blandið öllu hráefninu saman í skál og klœðið með vinaigrettunni.

BRAGÐ

Þú getur steikt 1 matskeið af sœtri papriku í olíunni í 5 sekúndur. Látið það síðan kólna og blandið saman við vínaigrettuna.

ÞÝSKA SALAT

Hráefni

1 **kg af kartöflum**

75 **g gúrkur í ediki**

8 **matskeiðar majónesi**

4 **matskeiðar sinnep**

8 **pylsur**

1 **vorlaukur**

1 **epli**

Salt og pipar

ÚTRÝNING

Skrælið kartöflurnar, skerið þær í bita og eldið þær í vatni. Látið kólna.

Skerið vorlaukinn og eplið í litla bita og sneiðið pylsurnar og agúrkurnar.

Blandið majónesi og sinnepi saman í skál og bætið restinni af hráefnunum saman við. Kryddið eftir smekk.

BRAGÐ

Þetta er mjög heill uppskrift, þar sem hún inniheldur grænmeti, ávexti og kjöt. Það er líka hægt að gera það með sætu sinnepi.

HRÍSALAT

Hráefni

200 g af hrísgrjónum

150 g York skinka

35 g rifnar ólífur

6 kapers

3 súrsuðum gúrkur

1 lítill vorlaukur

1 lítill tómatur

1 grœn paprika

Bleik sósa (sjá kaflann um seyði og sósur)

ÚTRÝNING

Eldið hrísgrjónin, sigtið, hressið og haldið köldu.

Saxið vorlaukinn, kapers, ólífur, tómata, pipar og gúrkur smátt og skerið York skinkuna í litla bita.

Blandið öllu hráefninu saman við hrísgrjónin og klæðið með bleiku sósunni.

BRAGÐ

Einnig er hœgt að bœta við túnfiski í dós, ostateningum, piquillo papriku í strimlum o.fl.

BLANDAÐ SALAT

Hráefni

100 **g túnfiskur**

20 **rifnar ólífur**

4 **niðursoðnir hvítir aspasar**

3 **soðin egg**

2 **tómatar**

1 **romaine salat**

1 **rifin gulrót**

1 **laukur**

Edik

Ólífuolía

Salt

ÚTRÝNING

Þvoið, sótthreinsið og skerið salatið í meðalstóra bita. Þvoið og skerið tómatana í áttundu og skerið eggin í sneiðar.

Búðu til vinaigrette með 3 hlutum olíu á móti 1 hluta ediki með klípu af salti.

Setjið kálið í botninn á salatskál og setjið restina af hráefnunum ofan á. Kryddið með vinaigrette.

BRAGÐ

Þegar salatið er þvegið skaltu setja blöðin í ísvatn. Þetta gerir það að verkum að þœr haldast grœnni og mjög stökkar.

HEITT PIPIRRANA SALAT MEÐ SMOKKA

Hráefni

12 hreinar smokkfiskar

1 stór ítalsk grœn paprika

2 hvítlauksrif

2 tómatar

1 laukur

1 agúrka

9 matskeiðar af ólífuolíu

3 matskeiðar af ediki

Salt

ÚTRÝNING

Hreinsið grœnmetið og skerið það í meðalstóra bita. Afhýðið gúrkurnar og skerið þœr í sömu stœrð.

Búðu til vinaigrette með því að blanda saman olíu, ediki og salti. Klœðið salatið með vinaigrettunni og hrœrið.

Hitið pönnu með smá olíu, brúnið smokkfiskinn í 30 sekúndur á hvorri hlið, saltið og bœtið pipirrana á pönnuna. Hitið örlítið og berið fram volga.

BRAGÐ

Ekki ofhitna pipirrana, þar sem edikið myndi gufa upp og bragðið myndi glatast.

CAPRESESALAT

Hráefni
1 kg af tómötum
250 g af mozzarellaosti
½ búnt af ferskri basiliku
Modena lækkun (valfrjálst)
jómfrúarolía
Salt

ÚTRÝNING
Myljið fersku basilíkuna með smá olíu. Skerið tómata og mozzarella í sneiðar og leggið á disk.

Kryddið með basilíkuolíu, salti og Modena lækkun ef vill.

BRAGÐ
Hægt er að skipta út basilíkuolíu fyrir dásamlegt pestó salsa.

RÚSSNESKT SALAT

Hráefni

1 **kg kartöflur**

400 **g gulrætur**

250 **g baunir**

400 **g af túnfiski í olíu**

4 **soðin egg**

1 **piquillo pipar**

grænar ólífur

majónesi

Salt

ÚTRÝNING

Afhýðið og skerið kartöflurnar og gulræturnar í meðalstóra bita. Eldið þær í mismunandi ílátum við lágan hita svo þær brotni ekki. Eldið baunirnar í sitt hvoru lagi óhultar þannig að þær verði ekki gráar. Frískið grænmetið og látið kólna.

Setjið túnfiskinn, eggin, ólífurnar og niðurskorna paprikuna í salatskál. Bætið við kartöflum, gulrótum og baunum. Salt, sósa með majónesi eftir smekk og hrærið. Geymið í kæli þar til borið er fram.

BRAGÐ

Blandið majónesi saman við soðnar rauðrófur og bætið út í salatið. Salatið verður bleikt eða fjólublátt, eftir því hversu mikið er notað, mjög sláandi og með smá rauðrófubragði.

HVÍT BAUNASALAT MEÐ BEIKON OG APPELSÍNU

Hráefni

200 g af soðnum hvítum baunum

200 g beikon

2 appelsínur

1 vorlaukur

1 matskeið sinnep

2 matskeiðar af ediki

9 matskeiðar af ólífuolíu

Salt og pipar

ÚTRÝNING

Skerið beikonið í strimla og brúnið það í smá olíu. Áskilið.

Skerið laukinn í fína julienne. Þvoið baunirnar vel. Fjarlægðu hluta af appelsínunum og hreinsaðu hvítleitu hýðið sem hylur þær.

Búðu til vinaigrette með olíunni, ediki og sinnepi.

Blandið öllu hráefninu saman við vínaigrettuna og kryddið.

BRAGÐ

Súrsuðu rjúpuhænurnar eru fullkomin meðlæti með þessu salati.

HAKE A LA RIOJANA

Hráefni

4 lýsing hryggur

100 ml af hvítvíni

2 tómatar

1 rauð paprika

1 græn paprika

1 hvítlauksgeiri

1 laukur

Sykur

Ólífuolía

Salt og pipar

ÚTRÝNING

Saxið laukinn, paprikuna og hvítlaukinn smátt. Steikið allt á pönnu við meðalhita í 20 mín. Hækkið hitann, bleytið með víninu og látið það minnka þar til það er þurrt.

Bætið rifnum tómötum út í og eldið þar til þeir missa allt vatnið. Lagfærðu salt, pipar og sykur ef súrt er.

Steikið hrygginn á pönnu þar til þær eru gullnar að utan og safaríkar að innan. Fylgdu með grænmetinu.

BRAGÐ

Saltið lýsinginn 15 mínútum fyrir eldun svo saltið dreifist jafnara.

ÞORSKUR MEÐ JARÐABERJASÓSU

Hráefni

4 söltuð þorskflök

400 g púðursykur

200 g jarðarber

2 hvítlauksrif

1 appelsína

Hveiti

Ólífuolía

ÚTRÝNING

Blandið jarðarberjunum saman við appelsínusafann og sykurinn. Eldið 10 mín og fjarlægið.

Saxið hvítlaukinn og brúnið hann á pönnu með smá olíu. Dragðu til baka og pantaðu. Steikið hveitistráðan þorsk í sömu olíu.

Berið þorskinn fram með sósunni í sér skál og setjið hvítlaukinn ofan á.

BRAGÐ

Þú getur skipt út jarðarberjunum fyrir beiskt appelsínumarmelaði. Þá þarf aðeins að nota 100 g af púðursykri.

Sýrður urriði

Hráefni

4 silungar

½ lítri af hvítvíni

¼ lítri af ediki

1 lítill laukur

1 stór gulrót

2 hvítlauksrif

4 negull

2 lárviðarlauf

1 timjankvistur

Hveiti

¼ lítra af ólífuolíu

Salt

ÚTRÝNING

Saltið og hveiti silunginn. Steikið 2 mín á hvorri hlið í olíunni (þau verða að vera hrá að innan). Dragðu til baka og pantaðu.

Steikið grænmetið í sömu fitu í 10 mín.

Baðaðu með ediki og víni. Kryddið með smá salti, kryddjurtum og kryddi. Eldið við vægan hita í 10 mín í viðbót.

Bætið silungnum út í, setjið lok á og eldið í 5 mín í viðbót. Látið standa af hitanum og berið fram þegar það er kalt.

BRAGÐ

Þessi uppskrift er best að borða yfir nótt. Hvíld gefur því meira bragð. Nýttu þér afgangana til að búa til ljúffengt marinerað silungssalat.

SJÁBRAÐAR BILBAO STÍLL

Hráefni

1 sjóbirtingur á 2 kg

½ lítri af hvítvíni

2 matskeiðar af ediki

6 hvítlauksrif

1 chilli

2 dl af ólífuolíu

Salt

ÚTRÝNING

Meitlaðu brauðann, bætið við salti, bætið við smá olíu og bakið við 200°C í 20 eða 25 mín. Baðaðu smátt og smátt með víninu.

Brúnaðu á meðan niðursneiddan hvítlaukinn í 2 dl af olíu ásamt chilli. Vætið með ediki og sósu yfir sjóbirtinginn.

BRAGÐ

Meitla þýðir að skera í fiskinn til að auðvelda eldun.

RÆKJU SCAMPI

Hráefni

250 g af rækjum

3 hvítlauksrif flökuð

1 sítrónu

1 chilli

10 matskeiðar af ólífuolíu

Salt

ÚTRÝNING

Setjið afhýddar rækjur í skál, saltið þær vel og bætið sítrónusafanum út í. Fjarlægja.

Brúnið niðursneiddan hvítlauk og chilli á pönnu. Áður en þær taka lit er rækjunum bætt út í og þær steiktar í 1 mín.

BRAGÐ

Til að þær fái meira bragð skaltu blanda rækjurnar með salti og sítrónu í 15 mínútur áður en þær eru steiktar.

ÞORSKAR

Hráefni

100 g afsaltuðum þorski í mola

100 g vorlaukur

1 matskeið fersk steinselja

1 flaska af köldum bjór

Litarefni

Hveiti

Ólífuolía

Salt og pipar

ÚTRÝNING

Setjið þorskinn, graslaukinn og mjög saxaða steinselju í skál, bjórinn, smá litarefni, salt og pipar.

Blandið saman og bætið við einni matskeið af hveiti í einu og hrærið stöðugt í þar til þú færð deig með svipaðri áferð og örlítið þykkur grautur (sem drýpur ekki). Látið standa kalt í 20 mín.

Steikið í mikilli olíu og bætið við skeiðar af deiginu. Þegar þau eru orðin gyllt skaltu fjarlægja og setja á gleypið pappír.

BRAGÐ

Ef bjór er ekki til er hægt að gera það með gosi.

GULLÞORSKUR

Hráefni

400 g af söltuðum og muldum þorski

6 egg

4 meðalstórar kartöflur

1 laukur

Fersk steinselja

Ólífuolía

Salt

ÚTRÝNING

Flysjið og skerið kartöflurnar í strá. Þvoið vel þar til vatnið rennur gegnsætt og steikið þær síðan í mikilli heitri olíu. Kryddið með salti.

Steikið suðulaukinn. Hækkið hitann, bætið muldum þorskinum út í og eldið þar til vökvinn verður uppiskroppa.

Þeytið eggin í sérstakri skál, bætið þorskinum, kartöflunum og lauknum út í. Hrærið mjög létt á pönnu. Kryddið með salti og endið með saxaðri ferskri steinselju.

BRAGÐ

Það þarf að vera lítið steikt til að það verði safaríkt. Kartöflurnar eru ekki saltaðar fyrr en í lokin svo þær missi ekki marrið.

KRABBA í BASKI STÍL

Hráefni

1 kóngulókrabbi

500 g tómatar

75 g af serranoskinku

50 g af ferskum mola (eða brauðrasp)

25 g smjör

1½ glas af brandy

1 matskeið steinselja

1/8 laukur

½ hvítlauksrif

Salt og pipar

ÚTRÝNING

Eldið kóngulókrabbann (1 mín á 100 g) í 2 l af vatni með 140 g af salti. Kælið og fjarlægið kjötið.

Steikið laukinn og hvítlaukinn skorinn í litla bita saman við skinkuna skorna í fínar julienne strimla. Bætið rifnum tómötum og saxuðu steinseljunni út í og eldið þar til þú færð þurrt deig.

Bætið kóngulókrabbakjöti út í, blautið með brennivíninu og flamberið. Bætið helmingnum af molanum af hitanum út í og fyllið kóngulókrabbann.

Stráið afganginum af molanum ofan á og dreifið smjörinu sem er skorið í bita yfir. Gratínið í ofni þar til það er gullið að ofan.

BRAGÐ

Það er líka hægt að gera hann með góðum íberískum kóríósó, og jafnvel fylla með reyktum osti.

ANSJÓS Í EDIKI

Hráefni

12 ansjósur

300 cl af vínediki

1 hvítlauksgeiri

Hakkað steinselja

Extra virgin ólífuolía

1 tsk salt

ÚTRÝNING

Setjið hreinu ansjósurnar á sléttan disk ásamt edikinu þynnt í vatni og salti. Geymið í kæliskáp í 5 klst.

Á meðan er fínsaxið hvítlauk og steinselju blandað í olíu.

Takið ansjósurnar úr edikinu og hyljið þær með olíu og hvítlauk. Settu það aftur í ísskápinn í 2 klukkustundir í viðbót.

BRAGÐ

Þvoið ansjósurnar endurtekið þar til vatnið rennur út.

BRANDADE OF COD

Hráefni

¾ kg af söltuðum þorski

1dl af mjólk

2 hvítlauksrif

3dl af ólífuolíu

Salt

ÚTRÝNING

Hitið olíuna með hvítlauknum í litlum potti við meðalhita í 5 mín. Bætið þorskinum út í og eldið við mjög lágan hita í 5 mín í viðbót.

Hitið mjólkina og setjið hana í blandaraglas. Bætið roðlausum þorskinum og hvítlauknum út í. Þeytið þar til þú færð fínt deig.

Bætið olíunni við án þess að hætta að berja þar til þú færð stöðugt deig. Kryddið með salti og gratíníð í ofni á hámarksafli.

BRAGÐ

Það má borða á ristuðu brauði og krydda ofan á með smá aioli.

TÍMABÆRI Í ADOBO (BIENMESABE)

Hráefni

500 g af skötu

1 glas af ediki

1 slétt matskeið af möluðu kúmeni

1 jöfn matskeið af sætri papriku

1 stig matskeið af oregano

4 lárviðarlauf

5 hvítlauksrif

Hveiti

Ólífuolía

Salt

ÚTRÝNING

Settu áður skorið og hreinsað hundahólf í djúpt ílát.

Bætið vel við handfylli af salti og teskeiðunum af papriku, kúmeni og oregano.

Myljið hvítlaukinn með hýðinu og bætið honum í ílátið. Brjótið lárviðarlaufin og bætið þeim líka út í. Að lokum bætið við glasinu af ediki og öðru glasi af vatni. Látið hvíla yfir nótt.

Þurrkaðu hundabitana, hveiti og steiktu.

BRAGÐ

Ef kúmenið er nýmalað, setjið aðeins ¼ af jafnri matskeiðinni. Það er hægt að gera með öðrum fiski eins og pomfret eða skötusel.

SÚRSURÐUR SÍTRUS OG TÚNFISKUR

Hráefni

800 g túnfiskur (eða ferskur túnfiskur)

70ml edik

140 ml af víni

1 gulrót

1 blaðlaukur

1 hvítlauksgeiri

1 appelsína

½ sítróna

1 lárviðarlauf

70 ml af olíu

Salt og pipar

ÚTRÝNING

Skerið gulrót, blaðlauk og hvítlauk í sneiðar og steikið í smá olíu. Þegar grænmetið er orðið mjúkt er ediki og víni bætt út í.

Bætið við lárviðarlaufinu og piparnum. Leiðréttið saltið og eldið í 10 mín í viðbót. Bætið við börknum og sítrussafanum og túnfiskinum skorinn í 4 bita. Eldið í 2 mínútur í viðbót og látið það hvíla undir hitanum.

BRAGÐ

Fylgdu sömu skrefum til að búa til dýrindis kjúklingamarinering. Það er aðeins nauðsynlegt að brúna kjúklinginn áður en hann er settur í marineringarpottinn og elda í 15 mínútur í viðbót.

www.ingramcontent.com/pod-product-compliance
Lightning Source LLC
Chambersburg PA
CBHW071430080526
44587CB00014B/1785